AF659862

INSIGHT PUBLICA®

INSIGHT PUBLICA
Nadakkavu, Kozhikode, Kerala
Tel:0495 4020666
www.insightpublica.com
e-mail: insightpublica@gmail.com
Idamkai Valamkaiyodu Paranjath
Unnikrishnan PA
(Autopathography - Malayalam)
Illustrations: ***Ratheesh Paleri***
First Edition: February 2021
Copyright©Reserved
All rights reserved. No part of this publication may be reproduced, stored in a retrieval system, or transmitted, in any form, or by any means, electronic, mechanical, photocopying, recording or otherwise, without the prior permission of the publisher.
ISBN 978-93-90535-69-9
Printed and Published by
Insightinpublica Printers & Publishers Pvt. Ltd.

ഇടംകൈ വലംകൈയ്യോട് പറഞ്ഞത്

An Autopathography

അതിജീവനത്തിന്റെ അനുഭവങ്ങൾ

ഉണ്ണികൃഷ്ണൻ പി എ

INSIGHT PUBLICA ®

കാസർഗോഡ് ജില്ലയിലെ പുത്തിലോട്ട് 1957 ൽ ജനനം. അച്ഛൻ പി എ ശങ്കരൻ നമ്പൂതിരി, അമ്മ സാവിത്രി അന്തർജനം, കടത്തനാട്ട് രാജാസ് ഹൈസ്കൂൾ, മടപ്പള്ളി ഗവ: കോളേജ്, കാഞ്ഞങ്ങാട് നെഹ്റു ആർട്സ് ആന്റ് സയൻസ് കോളേജ് എന്നിവിടങ്ങളിൽ പഠനം. ചരിത്രത്തിലും, സാമ്പത്തിക ശാസ്ത്രത്തിലും ബിരുദം. ഇംഗ്ലീഷ് സാഹിത്യത്തിൽ ബിരുദാനന്തര ബിരുദം, ജേർണലിസത്തിൽ പി ജി ഡിപ്ലോമ. അധ്യാപനം മാർക്കറ്റിങ്ങ്, അഡ്വർടൈസിംഗ് മേഖലകളിൽ പ്രവർത്തിച്ചു. ടി കെ സി അഡ്വർടൈസിംഗ് ഗ്രൂപ്പിൽ കോപ്പി റൈറ്ററായിരിക്കെ ചെയ്ത പരസ്യ കാപ്ഷനുകൾക്ക് പെപ്പർ, ഫുക്ക, കെ ത്രി എ പുരസ്ക്കാരങ്ങൾ. ഇപ്പോൾ ഫ്രീലാൻസ് കോപ്പി റൈറ്റർ.

ഭാര്യ	:	ഗിരിജ (അധ്യാപിക)
മകൻ	:	ഉദയ്ശങ്കർ
മരുമകൾ	:	പാർവ്വതി
പേരമകൾ	:	നിർത്ധര ശങ്കർ
വിലാസം	:	നൈമിശാരണ്യം ചേടിറോഡ് ഉപ്പിലിക്കൈ പി.ഒ നീലേശ്വരം - 671314 കാസർഗോഡ് ജില്ല
ഫോൺ	:	9446438433
E Mail	:	paunnikrishnan3@gmail.com

ഉണ്ണികൃഷ്ണൻ പി.എ.

കൃതജ്ഞത

"നന്ദിയാരോടു ഞാൻ ചൊല്ലേണ്ടൂ?" എന്ന ചോദ്യം ഈ അവസരത്തിൽ തെല്ല് വിഷമിപ്പിക്കുന്നുണ്ട്, എന്നേയും. അപകടത്തിൽ തകർന്ന, തളർന്ന വലംകൈയ്ക്ക് ഒട്ടൊക്കെ പ്രവർത്തനക്ഷമത കൈവരിക്കാൻ സാധ്യമാക്കിയ പ്രപഞ്ചശക്തിയുടെ അനുഗ്രഹത്തിനും അതിജീവനത്തിന്റെ പാതയിൽ ചികിത്സകളും സ്നേഹവും സമാശ്വാസവുമായി ഒപ്പം നിന്ന എല്ലാവരോടും സ്നേഹം നിറഞ്ഞ നന്ദിയുണ്ട്. ഇന്നും എന്നും എല്ലായ്പോഴും.

പ്രഗൽഭ ആയുർവേദ മർമ്മ ചികിത്സാവിദഗ്ദ്ധനായ വിനയകൃഷ്ണൻ ഡോക്ടറുടെ അനുഗ്രഹീതവും അർപ്പണ ബോധവുമാർന്ന കരങ്ങളാണ് എന്റെ നിശ്ചലമായ കൈയ്ക്ക് പുനർജന്മമേകിയത് എന്നതിൽ ഒട്ടും അതിശയോക്തിയില്ല. ആ ചികിത്സാ വൈഭവത്തിന് മുന്നിൽ മനസ്സുകൊണ്ട് അനേകായിരം പ്രണാമങ്ങൾ അർപ്പിക്കട്ടെ.

എന്റെ അക്ഷരോപാസനയ്ക്ക് അനുഗ്രഹവും ആശീർവാദവുമേകിയ ഗുരു തുല്യനും മാർഗദർശിയുമായ സർഗ പ്രതിഭ ശ്രീ.കെ എൽ മോഹനവർമ്മ സാറിനേയും ഇവിടെ സ്നേഹാദരപൂർവ്വം സ്മരിക്കുന്നു.

പിന്നെ അടുത്തബന്ധുവും പ്രമുഖ ഓർത്തോ സർജനുമായ ഡോ. നാരായണ പ്രസാദ്, മരുമക്കളായ ഡോ.സീമ, ഡോ. ശ്രീഹരി എന്നിവരും ചികിത്സയുടെ വിവിധ ഘട്ടങ്ങളിൽ സഹായത്തിന്റെ സ്നേഹസാന്നിദ്ധ്യവുമായി ഒപ്പമുണ്ടായിരുന്നു.

നേരിട്ടും അല്ലാതെയും ആശ്വാസവും സാന്ത്വനവും നൽകിയ ബന്ധു മിത്രാദികൾക്കും പച്ചമരുന്നുകൾ തേടിപ്പിടിച്ച് കൊണ്ടുവന്ന സ്നേഹ മനസ്സുകളോടും മനം നിറഞ്ഞ നന്ദിയുണ്ട്. ഒപ്പം സഹായത്തിന് വിളി പ്പുറത്തുണ്ടായിരുന്ന രാധാകൃഷ്ണേട്ടനും അളിയൻ നാരായണശർമ എന്നിവർക്കും.

ചിട്ടകൾ തെറ്റാതെ പാലിച്ച് ചികിത്സാ ക്രമങ്ങളുടെ നാൾവഴികളിലും അനുഭവങ്ങളുടെ ഈ അക്ഷരയാത്രയിലും എനിക്കൊപ്പം സഞ്ചരിച്ച എന്റെ സഹയാത്രികയ്ക്കും ഏറെ നന്ദി ! രേഖാചിത്രങ്ങൾ ഒരുക്കിത്തന്ന രാഗേഷ് പലേരിക്കും അനിയൻ രതീഷ് പലേരിക്കും പ്രസാധകരായ ഇൻസൈറ്റ് പബ്ലിക്കയ്ക്കും സ്നേഹം നിറഞ്ഞ നന്ദി ! ഒടുവിൽ അക്ഷരങ്ങ ളുടെ അത്ഭുത ലോകത്തേക്ക് എന്നെ നയിച്ച അപകടത്തിനും.

സമർപ്പണം

സസ്നേഹം എന്റെ സഹയാത്രികയ്ക്ക്

ഉള്ളിൽ ഉള്ളത്

പൂർവ്വരംഗം

അതൊരു നല്ല അടിയായിരുന്നു...

കൈവീശി, സാമാന്യം നല്ല കനത്തിൽ തന്നെ!

ഒപ്പം മൂന്നാല്വമാന്തലുകളും...

സാരമില്ല, ഇടത് കൈ വലത് കൈക്ക് നൽകിയ ഒരു ചെറിയ താക്കീതാണ്. ചിലപ്പോഴൊക്കെ അത് പതിവുള്ളതാണ്. ഇന്നെന്താണാവോ...?

താമസിച്ചില്ല, കല്പനയും ഉടനെ വന്നു...

"എഴുന്നേറ്റ് വല്ലതുമൊക്കെ എഴുതാൻ നോക്ക്. മടിപിടിച്ച് കിടക്കാതെ ഇത്രയും നാൾ ഞാൻ നിനക്ക് വേണ്ടി ഒരുപാട് കഷ്ടപ്പെട്ടു. നിന്റെ ജോലികൾ എല്ലാം ഞാൻ തന്നെ ചെയ്യുകയായിരുന്നു. നിനക്കറിയാമല്ലോ? ഇനി കഴിയുന്നതെല്ലാം നീ തന്നെ ചെയ്യണം."

നിർത്താൻ ഭാവമില്ല. കേൾക്കുകതന്നെ, രക്ഷയില്ല. ഇല്ലെങ്കിൽ ഞാൻ കഷ്ടത്തിലാകും. കഴിഞ്ഞ ദിവസം ഡോക്ടർ പറഞ്ഞത് നീയും കേട്ടതല്ലേ. നീ ഇനി മടികാണിച്ചാൽ ഞാൻ ബന്ധനത്തിലാവും എന്ന്. നിന്നെ മുമ്പ് ചെയ്തത് പോലെ എന്നെയും സ്ലിംഗിൽ ഇട്ടുമെന്ന് അല്ലെങ്കിൽ പൈപ്പിൽ. നല്ല കാര്യമായി.

ഇപ്പോൾ നാല് വർഷം കഴിഞ്ഞില്ലേ? നിന്റെ സ്ഥിതി ഒരു പാട് മെച്ചപ്പെട്ടു. അന്ന് അപകടമുണ്ടായപ്പോൾ ചലനാവസ്ഥ വെറും സീറോ

ആയിരുന്നില്ലേ? നീ ഇത്രയും ആയത് തന്നെ മഹാഭാഗ്യം.

ഇനി കഴിയുന്നതെല്ലാം നീ തന്നെ ചെയ്തു കൊണ്ടിരിക്കണം. നിനക്ക് വയ്യാതിരുന്നപ്പോൾ ഞാൻ നിന്നെ എത്രമാത്രം സഹായിച്ചിട്ടുണ്ടെന്ന് അറിയാമല്ലോ. മുമ്പ് നീ ചെയ്തിരുന്ന പ്രധാന ജോലിയായ ഭക്ഷണം കഴിപ്പിക്കുന്നത് ഞാൻ ഏറ്റെടുത്തു. പിന്നെ പല്ല്തേപ്പ്, ഷേവ്, കുളി തുടങ്ങി എണ്ണിയാൽ തീരാത്ത മറ്റ് പലതും പിന്നെ നീ തികച്ചും നിശ്ച ലാവസ്ഥയിൽ ആയിരുന്നപ്പോൾ നിനക്ക് ഏറെ ഇഷ്ടമുള്ള ഒരു കാര്യം ഒരു വെല്ലുവിളിയായി അങ്ങ് ഏറ്റെടുത്തു, നിന്റെ എഴുത്ത് തന്നെ."

സ്കെച്ച്പെൻ എടുത്ത് ഞാൻ മെല്ലെ ശ്രമിച്ചു നോക്കി. ആദ്യമൊ ക്കെ എന്റെ പ്രകടനം വളരെ പരിതാപകരമായിരുന്നു. തീരെ വടിവി ല്ലാത്ത വികൃതമായ അക്ഷരങ്ങൾ. വേഗതയും നന്നേ കുറവ്. എങ്കിലും ഞാൻ പിൻമാറിയില്ല. ശ്രമം തുടർന്ന് കൊണ്ടേയിരുന്നു.

വേദനകൾക്കിടയിലും നീ പതിയെ ചിരിച്ചത് ഞാനറിഞ്ഞു. പിന്നെ സെക്ച്ച് പെൻ കൊണ്ട് നഴ്സറി കുട്ടികൾ വരക്കുന്നത് പോലുള്ള കുഞ്ഞുചിത്രങ്ങൾ വരച്ച് വെച്ചു. പതിയെ പതിയെ സ്കെച്ച് പെൻ, ബോൾ പേനയ്ക്ക് വഴിമാറി. അക്ഷരങ്ങൾക്ക് കൂടുതൽ വടിവും കുറച്ചൊ ക്കെ വേഗതയും ലഭിച്ചു.

ഞാൻ എഴുതിയത് മുഴുവൻ നിന്നെ കുറിച്ചായിരുന്നു. നിനക്ക് അപകടം സംഭവിച്ചതും നീ അനുഭവിച്ച വേദനയുടെ മിന്നൽ പിണരുകളും ട്രീറ്റ്മെന്റിനെ കുറിച്ചുമെല്ലാമായിരുന്നു ഞാൻ കോറിയിട്ട വികൃതാക്ഷരങ്ങൾ. പിന്നീട് നിനക്കത് പ്രയോജനപ്പെടുമല്ലോ എന്ന് കരുതിയാണ് ഞാൻ അത്രമാത്രം കഷ്ടപ്പെട്ടത്.

പക്ഷേ, ക്രമേണ നീ അസ്വസ്ഥനാവുന്നത് ഞാനറിഞ്ഞു. നിനക്ക് ഭയങ്കര ചൊറിച്ചിൽ തുടങ്ങി. ഞാൻ പേനയെടുത്ത് പേപ്പറിൽ ഒരു വരി എഴുതുമ്പോഴേക്കും തുടങ്ങും നിന്റെ ചൊറിച്ചിൽ. എപ്പോഴും എഴുത്ത് നിർത്തി നിന്നെ ചൊറിഞ്ഞു തരേണ്ട അധിക ബാധ്യതയും കൂടിയായി എനിക്ക്.

നിന്റെ സ്ഥിതി അന്ന് അങ്ങനെയായിരുന്നു. അല്ലായിരുന്നെങ്കിൽ നിന്നെ ഞാൻ... എന്നോടുള്ള നിന്റെ ഉപദ്രവം കൂടി കൂടി വന്നപ്പോൾ ഞാൻ വിനയകൃഷ്ണൻ ഡോക്ടറോട് നിന്നെ കുറിച്ച് പരാതി പറയാൻ പറഞ്ഞു. നിന്റെ അസൂയയും കുശുമ്പുമാണെന്നായിരുന്നു ഡോക്ടറുടെ മറുപടി. അതൊരു നല്ല ലക്ഷണമാണെന്നും.

കഠിനമായ നിരവധി ചികിത്സകൾക്കൊടുവിൽ മെല്ലെമെല്ലെ പഴയ സ്ഥിതിയിലേക്കുള്ള നിന്റെ മടക്കയാത്ര ഞാൻ മനസ്സിലാക്കി.

വ്യക്തമായി ഞാനത് തിരിച്ചറിഞ്ഞു. എന്റെ ഏറ്റവും സന്തോഷം നിറഞ്ഞ നിമിഷങ്ങളായിരുന്നു അത്. ആദ്യമായി നിന്റെ വിരൽ ഒന്ന നങ്ങിയപ്പോൾ സന്തോഷം കൊണ്ട് ആർത്ത് വിളിക്കാൻ എത്രമാത്രം ഞാൻ ആഗ്രഹിച്ചെന്നോ?

എന്നിൽ നിന്നും പേന നിന്നിലേക്ക് തിരികെ വന്നത് ഞാൻ വ്യക്ത മായി ഓർക്കുന്നു. ആ സമയത്തെ നിന്റെ പരിഭ്രമവും സങ്കോചവുമെല്ലാം എനിക്ക് ഇന്നലെ കഴിഞ്ഞത് പോലെ തോന്നുന്നു.

ഒരു ദിവസം എഴുതിക്കൊണ്ടിരുന്നപ്പോൾ എന്നിൽ നിന്നും പേനക്കായി നീ പതിയെ ചലിച്ചു മടിയോടെ... സംശയത്തോടെ...

നിന്റെ പൂർണമായും മടങ്ങാത്ത വിരലുകളിൽ പേന പിടിപ്പിച്ചു തന്ന് ഞാൻ പറഞ്ഞത് നിനക്ക് ഓർമ കാണും. എഴുതെടാ... എഴുത്! ധൈര്യമായി... നീ എഴുതി, തുടക്കത്തിൽ മെല്ലെ... പിന്നീടത് പഴയ വേഗം വീണ്ടെടുത്തു. അക്ഷരങ്ങൾക്ക് പക്ഷേ പഴയ വടിവില്ലായിരുന്നു. എങ്കിലും തരക്കേടില്ല. ഒപ്പിക്കാം.

നിന്നിലൂടെ പേപ്പറിൽ പേന നീങ്ങുന്നത് ഞാൻ വിസ്മയത്തോടെ നോക്കി നിന്നു... മഹാശക്തിയെ മനസ്സിൽ സ്മരിച്ചുകൊണ്ട്.

നിമിഷങ്ങൾ മണിക്കൂറുകളായും മണിക്കൂറുകൾ ദിവസങ്ങളായും ദിവ സങ്ങൾ ആഴ്ചകളായും ആഴ്ചകൾ മാസങ്ങളായും മാസങ്ങൾ വർഷങ്ങ ളായും വളർന്നപ്പോൾ നീ കൂടുതൽ കരുത്താർജിക്കുന്നത് ഞാനറിഞ്ഞു.

പിന്നീടെപ്പോഴോ പല ജോലികളും എന്നിൽ നിന്നും നീ തിരികെ ഏറ്റു വാങ്ങി. എഴുത്ത് പോലെത്തന്നെ. ഷോപ്പിംഗ് കഴിഞ്ഞ് ഇറങ്ങുമ്പോൾ കനമുള്ള ബാഗിനായി നീ സ്വയം നീണ്ടുവന്നു. വലിയ അഭിമാനവും ഒട്ടേറെ സന്തോഷവും തോന്നി എനിക്കപ്പോൾ.

“കഥ കേട്ടു കിടക്കാൻ നല്ല രസം അല്ലേ? മതിയെടാ കിടന്നത്! എഴുന്നേക്ക്! എന്നിട്ടെഴുതെടാ” കിട്ടി ഒരടി കൂടി.

* * *

കൈയിൽ നീറ്റലും വേദനയും തോന്നിയപ്പോഴാണ് ഞെട്ടിയുണർ ന്നത്. മുറിയിൽ വെളിച്ചം പരന്നിരിക്കുന്നു. നേരം പുലർന്നിട്ട് ഏറെ യായിക്കാണും. വലംകൈയിലേക്ക് വെറുതെ നോക്കി. ചികിത്സയുടെ ഭാഗമായിട്ടുള്ള അഗ്നികർമത്തിന്റെ പൊള്ളൽ പാടുകൾക്ക് മുകളിലായി വിരൽപ്പാടുകൾ തിണർത്തു കിടക്കുന്നു... ഒപ്പം മാന്തലിന്റെ ചുകന്ന വരകളും. അപ്പോൾ അത്...

എന്തോ എനിക്കറിയില്ല.

എന്തായാലും എന്റെ നിയോഗത്തിനായി ഞാൻ സ്വയം നിയമിത നായി...

അനുഭവങ്ങളിലൂടെയുള്ള എന്റെ അക്ഷരയാത്രയുടെ ആരംഭമായി രുന്നു അത്.

നഗരം നൽകിയത്

മെഡിക്കൽ ട്രസ്റ്റ് ഹോസ്പിറ്റൽ, കൊച്ചി ഏഴാം നില-H ബ്ലോക്ക്. താഴെ തിളക്കുന്ന വെയിലിൽ ഇരമ്പുന്ന നഗരത്തിന്റെ ജാലകക്കാഴ്ചകൾ. എല്ലാവരും തിരക്കിലാണ്. എന്തെല്ലാമോ വെട്ടിപ്പിടിക്കാനായി കൈക്കലാക്കാനായി നെട്ടോട്ടമോടുകയാണവർ. ആർക്കും ആരെയും ശ്രദ്ധിക്കാൻ സമയമോ, സാവകാശമോ ഇല്ല. അല്ലെങ്കിൽ അങ്ങനെയാവാൻ അവർ വിധിക്കപ്പെട്ടിരിക്കാം.

പൊടുന്നനെ ഞാൻ ഓർത്തു. ഒരുകാലത്ത് ഞാനും ഇതിന്റെയൊക്കെ ഭാഗമായിരുന്നല്ലോ എന്ന്. വർഷങ്ങൾക്ക് മുമ്പ് യൗവനത്തിന്റെ തീഷ്ണതയിൽ താല്പര്യമില്ലെങ്കിലും ജോലിയുടെ ഭാഗമായി ഇതിൽ ഒരു ചെറുകണികയായി ഞാനുമുണ്ടായിരുന്നല്ലോ. വെയിലത്ത് വിയർത്തൊലിച്ച്, മഴയിൽ കുതിർന്ന് നടന്നും ബസ്സിലും ഓട്ടോയിലുമൊക്കെയായി... ഇപ്പോൾ അതൊക്കെ വെറുതെ ഓർമയിൽ നിന്നും കുടഞ്ഞിടുമ്പോൾ മനസ്സ് കാരണമൊന്നുമില്ലാതെ അസ്വസ്ഥമാവുന്നപോലെ... പതിയെ ഞാൻ സ്ലിംഗിട്ട, ചുമലിൽ സർജറിയുടെ ബാൻഡേജുള്ള വലംകൈയിൽ തലോടി. തികച്ചും നിശ്ചലമാണത്. പെയിൻ കില്ലറുകൾ കഴിക്കുന്നതിനാൽ വേദന അറിയുന്നില്ല എന്ന് മാത്രം. എത്ര പെട്ടെന്നാണ് ഒട്ടും നിനച്ചിരിക്കാതെ കാര്യങ്ങൾ തകിടം മറിഞ്ഞത്.

കുറേനേരം കിടന്നു ബോറടിച്ചപ്പോഴാണ് ഇവിടെ വന്നു നിന്നത്. ഭാഗ്യത്തിന് മറ്റ് യാതൊരു കുഴപ്പവും സംഭവിച്ചില്ല. ഒരർത്ഥത്തിൽ ഇതും ഒരു വലിയ കുഴപ്പം തന്നെയല്ലേ... വലംകൈ പൂർണ്ണമായും

ചലനമില്ലാതെ...

ഉടനെ ഉള്ളിലിരുന്നാരോ മനസ്സിനെ ശാസിച്ചു "കൈ അതിന്റെ സ്ഥാനത്ത് അവിടെ ഉണ്ടല്ലോ. അത് amputate ചെയ്യേണ്ടി വന്നിരുന്നെങ്കിലോ? എന്താകുമായിരുന്നു. ഒക്കെ മെല്ലെ ശരിയായിക്കോളും എന്നാശ്വസിക്ക്!".

ശരിയാണ്. അപകടം ജീവിതത്തിന്റെ അനിശ്ചിതത്വവും അർത്ഥശൂന്യതയും അനിവാര്യതയുമൊക്കെ എത്രമാത്രം കൃത്യമായി അടിവരയിടുന്നു എന്ന ചിന്ത മനസ്സിലേക്ക് മെല്ലെ കയറി വന്നു. ഒന്നോർത്തു നോക്കിയാൽ എല്ലാ അപകടങ്ങളും ഒരർത്ഥത്തിൽ അനിവാര്യതയുടെ പിറവികളല്ലേ? അല്ലെങ്കിൽ എന്തിനായിരുന്നു പെട്ടെന്ന് തീരുമാനം മാറ്റി ശനിയാഴ്ച വരാനിരുന്ന ഞാൻ ബുധനാഴ്ച തന്നെ എറണാകുളത്തേക്ക് യാത്ര തിരിച്ചത്? ഗിരിജക്കൊപ്പം ഞാനും പുറപ്പെട്ടത്? കുഞ്ഞുമോൾ നിർഝരയെ കാണാനുള്ള കൊതി കൊണ്ടാകാം. വരാനുള്ളത് വഴിയിൽ തങ്ങില്ല, തരാനുള്ളത് തരാൻ വച്ചു വിളിക്കുക എന്നൊക്കെ പഴമക്കാർ പറയുന്നത് വെറുതെയാകില്ല.

* * *

തേവര ഫെറിറോഡിലെ ചെറിയ വാടക അപ്പാർട്ട്മെന്റിൽ നിന്ന് വെള്ളിയാഴ്ച 11 മണിയോടെ വെറുതെ ഒന്ന് പുറത്തേക്കിറങ്ങുമ്പോൾ പ്രത്യേകിച്ച് യാതൊരു ഉദ്ദേശമോ ലക്ഷ്യമോ ഉണ്ടായിരുന്നില്ല. ഒന്ന് കറങ്ങി വരാമെന്ന് കരുതി. അത്രമാത്രം. വൈകുന്നേരം പോകാം, അപ്പോൾ ഞാനും വരാം എന്ന് ഗിരിജ പറഞ്ഞപ്പോൾ നാളെയോ മറ്റന്നാളോ ഒരുമിച്ച് പോകാം എന്ന മറുപടിയും നൽകി ഇറങ്ങുകയായിരുന്നു. വെയിലിന് വലിയ ചൂടില്ലായിരുന്നു അന്ന്. ബസിൽ തന്നെ പോയി ബസിൽ തന്നെ തിരിച്ചു വരാമെന്ന് കരുതി. അവിടെ നിന്നും ബസ് യാത്രയ്ക്ക് നല്ല സൗകര്യമാണ്.

ഉടൻ തന്നെ ബസ് കിട്ടി. ബസ്സിറങ്ങി സെൻട്രൽ സ്വക്യർ മാൾ ലക്ഷ്യമാക്കി അല്പം നടന്നു. മാളിൽ കുറേ നേരം ചുറ്റിക്കറങ്ങി, കുഞ്ഞുമോൾക്ക് ബിസ്ക്കറ്റും ഫ്രൂട്ട്സും പച്ചക്കറികളും ഒക്കെ വാങ്ങി ഒന്നരമണിയോടെ പുറത്തിറങ്ങി. മാളിന്റെ മുന്നിൽ നിന്നു തന്നെ ഓട്ടോ കിട്ടി. ഇറങ്ങേണ്ട സ്ഥലം പറഞ്ഞപ്പോൾ ഓട്ടോഡ്രൈവർ പറഞ്ഞു. "സാറേ! എനിക്കത്യാവശ്യമായി പോകാനുള്ളതാ. സാറിനെ ഞാൻ അടുത്ത ബസ് സ്റ്റോപ്പിൽ വിടാം. അവിടെ നിന്ന് ഇഷ്ടം പോലെ ബസ്സും കിട്ടും". ശരിയെന്ന് ഞാൻ സമ്മതിച്ചു. കോളേജ് ഗ്രൗണ്ട് കഴിഞ്ഞ് തൊട്ടടുത്ത വലിയ ജ്വല്ലറിക്ക് മുന്നിലുള്ള ബസ് സ്റ്റോപ്പിൽ ഓട്ടോ എന്നെ എത്തിച്ചു.

പോകേണ്ട റൂട്ടിലേക്കുള്ള ബസ് വന്നു. അതിൽ പോയാൽ ഞങ്ങളുടെ അപ്പാർട്ട്മെന്റിന് തൊട്ട് താഴെ തന്നെ ഇറങ്ങാം.

ബസിൽ വലിയ തിരക്കൊന്നുമുണ്ടായിരുന്നില്ല. പക്ഷേ സീറ്റ് ഒഴിവുണ്ടായിരുന്നില്ല. കുറച്ച് പേർ നിൽക്കുന്നുണ്ട്. ബാക്ക് ഡോർ വഴി കയറി ഏറ്റവും പിറകിൽ മുകളിലെ കമ്പിയും പിടിച്ച് ഞാൻ നിന്നു. വലംകൈ ഉപയോഗിച്ചുള്ള എന്റെ ഒടുവിലത്തെ പിടുത്തമായിരുന്നു അതെന്ന് അപ്പോൾ കരുതിയോ എന്ന ചോദ്യം പിന്നീട് പലതവണ എന്നിൽ ഉയർന്ന് വരാറുണ്ട്. ചിന്തകളുടെ അചിന്ത്യമായ പോക്ക് നമ്മെ വിസ്മയിപ്പിക്കും പലപ്പോഴും.

* * *

നടുക്കത്തോടെ മാത്രം നിനവിലെത്തുന്ന ആ നിമിഷം അധികം വൈകാതെ തന്നെ അടർന്നു വീണു. ബസിൽ കയറി നിമിഷങ്ങൾ കഴിഞ്ഞതേയുള്ളൂ. ടിക്കറ്റ് എടുത്തിരുന്നില്ല. അതിവേഗതയിലായിരുന്നു ആ പട്ടാളം ബസ്സിന്റെ പോക്ക്.

വളരെ പെട്ടെന്നാണ് സംഭവിച്ചത്.ആരോ അതിശക്തമായി തള്ളിയ പോലെ മുകളിലെ പിടിവിട്ട് ഞാൻ ബസ്സിന്റെ മുൻഭാഗത്തേക്ക് അതി വേഗതയിൽ തെറിച്ചു വീണു. ഒരിടത്തും എനിക്ക് പിടിക്കാൻ കഴിഞ്ഞില്ല. മുന്നിൽ ആൾക്കാർ അധികം ഇല്ലാത്തത് കാരണം എന്റെ തെറിച്ചു വീഴൽ വളരെ വേഗത്തിലും ശക്തിയിലുമായിരുന്നു. വലതുകൈ അതിശക്തമായി ബസ്സിന്റെ തറയിൽ ഇടിച്ചാണ് ഞാൻ വീണത്. സെൽഫോണും കൈയിലിരുന്ന ബാഗും തെറിച്ചു പോയത് വീഴ്ചയുടെ ആഘാതത്തിലും ഞാനറിഞ്ഞു. എങ്ങിനെയൊക്കെയോ എഴുന്നേൽക്കാൻ ശ്രമിച്ചപ്പോൾ എന്റെ മുകളിലേക്ക് കുറേ പേർ പെട്ടെന്ന് വന്നു വീണു. അവർ എഴുന്നേറ്റപ്പോഴാണ് എനിക്ക് എഴുന്നേൽക്കാൻ പറ്റിയത്.

അതിശക്തമായ വേദനയോടെ വലംകൈ ചുമലിൽ നിന്നുള്ള പിടുത്തം വിട്ട് തൂങ്ങി കിടന്നു.

എന്റെ സെൽഫോണും ബാഗും ഒരു പെൺകുട്ടി എന്നെ ഏൽപ്പിച്ചു. ഇടത് കൈകൊണ്ട് എങ്ങിനെയോ ഞാനതൊക്കെ വാങ്ങി.

കഠിനമായ വേദനകൊണ്ട് പുളഞ്ഞ എന്നെ ചിലർ മുന്നിലുള്ള സീറ്റിൽ പിടിച്ചിരുത്തി.

"കൈയുടെ കുഴതെറ്റിയതാണ്. നല്ല വേദന കാണും" ആരൊക്കെയോ പറയുന്നത് കേട്ടു. മുന്നിൽ നിന്ന യാത്രക്കാരിൽ ചിലർ എന്നെ സഹതാപത്തോടെ നോക്കുന്നുണ്ടായിരുന്നു.

ബസിലെ കിളി അവന്റെ കൈ തടവിക്കൊണ്ട് പറഞ്ഞു. "ഞാനും തെറിച്ച വീണു. ഭാഗ്യത്തിന് കൈ ഒടിഞ്ഞില്ല"

അമിത വേഗതയിലായിരുന്ന ബസിന് മുന്നിലേക്ക് ഏറ്റവും തിരക്ക് പിടിച്ച കോൺവെന്റ് ജംഗ്ഷനിൽ വെച്ച് ഒരു ബുള്ളറ്റ് ബൈക്കുകാരൻ കുറുകെ ചാടി. ബസ് ഡ്രൈവർ ബൈക്കുകാരനെ രക്ഷിക്കാനായി ശക്തമായി സഡൻ ബ്രേക്കിട്ടു. അതാണ് അപകടത്തിനുള്ള കാരണം എന്ന് പിന്നീട് മനസ്സിലായി.

മറ്റാർക്കും കാര്യമായ പരിക്കുകളൊന്നും പറ്റിയിരുന്നില്ല. ആ ബസിലെ ഏറ്റവും നിർഭാഗ്യവാനായ യാത്രക്കാരൻ ഞാനായിരുന്നു.

വേദനകൊണ്ട് പുളയുന്ന എന്നോട് ബൈക്ക് യാത്രക്കാരൻ യുവാവ് വന്ന് സോറി പറഞ്ഞു. ജീവൻ രക്ഷപ്പെട്ടുകിട്ടിയ സന്തോഷമായിരുന്നു അവന്റെ മുഖത്ത്.

"വരൂ, സാറിനെ ഞാൻ ആശുപത്രിയിൽ വിടാം" അവൻ പറഞ്ഞു.

ബസ് കണ്ടക്ടറും അതിനെ പ്രോത്സാഹിപ്പിച്ചു. വളരെ പ്രയാസപ്പെട്ട് ബസിൽ നിന്നിറങ്ങി ഞാൻ അവന്റെ ബൈക്കിൽ കയറാൻ പറ്റുമോ എന്ന് നോക്കി. പക്ഷേ അത് സാധ്യമായിരുന്നില്ല,വലംകൈ തോളിൽ നിന്നും ബന്ധം വേർപെട്ട് തൂങ്ങിക്കിടക്കുകയാണ്. കൈക്ക് കൂടുതൽ നീളമുണ്ടായിരുന്നു. അപ്പോൾ കടുത്ത ക്ഷീണം തോന്നിയ ഞാൻ ഒരു ഉൾവിളി ഉണ്ടായപോലെ തിരിച്ച് ബസ്സിൽ തന്നെ കയറി ഇരുന്നു.

ഞാൻ പറഞ്ഞു "ബൈക്കിൽ പോകാൻ എനിക്ക് കഴിയില്ല.ബസിൽ വച്ചാണല്ലോ അപകടമുണ്ടായത് പിന്നെ ഞാനെന്തിന് ബൈക്കിൽ പോകണം. തൽക്കാലം ബസ് വിടൂ! എന്റെ അപ്പാർട്ട്മെന്റിന് താഴെ ഞാൻ ഇറങ്ങിക്കോളാം. എന്നിട്ട് തീരുമാനിക്കാം."

അപ്പോൾ അങ്ങനെ പറയാൻ തോന്നിയത് എത്ര നന്നായി എന്ന് പിന്നീട് പല തവണ ഞാൻ ചിന്തിച്ചിട്ടുണ്ട്.

സെൽഫോണിൽ ഞാൻ മകൻ ഉദയ് നെ വിളിച്ചു. വിളിക്കാൻ അടുത്തിരുന്ന പെൺകുട്ടി സഹായിച്ചു.

മകനോട് ബസിലെ അപകടത്തെ പറ്റിയും അതേ ബസ്സിൽ വരികയാണെന്നും അപ്പാർട്ട്മെന്റിന് താഴെ നിൽക്കണമെന്നും പറഞ്ഞു.

ഫെറിറോഡിലെ ഞങ്ങളുടെ അപ്പാർട്ട്മെന്റിന് താഴെ മകൻ ബസ്സ് വരുന്നതും നോക്കി നിൽക്കുന്നുണ്ടായിരുന്നു.

അവൻ ബസ്സിൽ കയറി കണ്ടക്ടറോട് സംസാരിച്ചു. വേണ്ട വിവരങ്ങൾ സെൽഫോണിൽ പകർത്തി. എന്റെ കടുത്ത വേദന കാരണം

കൂടുതൽ സംസാരത്തിനൊന്നും നിൽക്കാതെ ഞങ്ങൾ അത് വഴി വന്ന ഓട്ടോയിൽ കയറി വേഗം മെഡിക്കൽ ട്രസ്റ്റ് ഹോസ്പിറ്റലിലേക്ക് തിരിച്ചു.

വീട്ടിൽ നിന്നിറങ്ങി ഉൽക്കണ്ഠയോടെ ഓട്ടോക്ക് അരികിലേക്ക് ഓടിവന്ന ഗിരിജയോട് ഞാൻ പറഞ്ഞു... “എന്റെ കൈ പോയി”

ഒടിഞ്ഞുതൂങ്ങിയ വലംകൈ ഇടംകൈ കൊണ്ട് താങ്ങിപിടിച്ച് മകനോടൊപ്പം ഞാൻ ഓട്ടോയിലിരുന്നു. അന്ന് അവന് സ്വന്തമായി കാറില്ലായിരുന്നു. ഓട്ടോയ്ക്ക് തീരെ വേഗത കുറവാണെന്ന് തോന്നി വേഗം ഹോസ്പിറ്റലിൽ എത്തിയാൽ മതിയായിരുന്നു എന്ന് മാത്രമേ അപ്പോൾ മനസ്സിലുണ്ടായിരുന്നുള്ളൂ.

മറ്റുപരിക്കുകൾ ശരീരത്തിൽ എവിടെയും ഉണ്ടായിരുന്നില്ല. ഒരു ചെറിയ ചതവോ മുറിവോ ഒന്നും മറ്റെവിടെയും സംഭവിച്ചിരുന്നില്ല. എല്ലാം എന്റെ വലംകൈ തനിയെ ഏറ്റുവാങ്ങുകയായിരുന്നു.

മെഡിക്കൽ ട്രസ്റ്റിന്റെ കാഷ്വാലിറ്റിയിൽ എന്നെ പരിശോധിച്ചത് തീരെ ചെറുപ്പക്കാരനായ പയ്യനെ പോലെ തോന്നിക്കുന്ന ഒരു ഡോക്ടറായിരുന്നു.

ഓർത്തോ ഡോക്ടറെന്ന് സ്വയം പരിചയപ്പെടുത്തിയ ആ പയ്യൻ ഡോക്ടർ എന്റെ കൈക്കുഴ നേരെ പിടിച്ചിടാൻ നടത്തിയ വിഫലശ്രമങ്ങൾ എന്റെ കടുത്ത വേദന അനേകമിരട്ടിയാക്കി.

ഹോസ്പിറ്റൽ നടുങ്ങുമാറ് ഞാൻ അലറിവിളിച്ചു. വേദനയുടെ മിന്നൽ പിണരുകൾ എന്നത് ഞാൻ പുസ്തകങ്ങളിൽ വായിച്ചിരുന്നു. ചില കാർട്ടൂൺ കഥകളിൽ ചിത്രങ്ങളായി കണ്ടിരുന്നു. പക്ഷേ, അന്ന് കഠിനവേദനയുടെ മിന്നൽ പിണരുകൾ ആദ്യമായി കൺമുന്നിൽ കാണുന്നതായി എനിക്ക് അനുഭവപ്പെട്ടു.

പല പൊസിഷനുകളിലും എക്സറേ എടുക്കാനുള്ള ഹോസ്പിറ്റൽ സ്റ്റാഫിന്റെ ശ്രമങ്ങളിലും ഞാൻ വേദനകൊണ്ട് പുളഞ്ഞു.

* * *

കാര്യം ഗൗരവമുള്ളതാണെന്ന് പയ്യൻ ഡോക്ടറുടെ സംസാരത്തിൽ നിന്നും മനസ്സിലായി. ബ്ലഡ് സർക്കുലേഷനും പൾസും നഷ്ടപ്പെട്ടിരുന്നു. വളരെ പെട്ടെന്ന് തന്നെ അത് വീണ്ടെടുക്കാനുള്ള സർജറി നടത്തേണ്ടത് അത്യാവശ്യമായിരുന്നു.

കണ്ണൂരിലെ പ്രമുഖ ഓർത്തോ സർജനും ഗിരിജയുടെ കസിനുമായ ഡോ. പ്രസാദുമായി മകൻ സംസാരിച്ചപ്പോൾ എത്രയും വേഗം സർജറി നടത്തണമെന്ന നിർദ്ദേശമാണ് നൽകിയത്.

പഴ്സ്, വാച്ച്, കണ്ണട തുടങ്ങിയ സാധനങ്ങൾ എല്ലാം മകൻ ഏറ്റു വാങ്ങി.

അടുത്തത് ഓപ്പറേഷൻ തീയറ്ററിലേക്കുള്ള യാത്രയാണെന്ന് മനസ്സിലായി.

വസ്ത്രങ്ങൾ മാറ്റുമ്പോൾ എന്റെ ടീഷർട്ട് ഊരി എടുക്കാൻ വിഷമം നേരിട്ടതിനാൽ അത് മുറിച്ചുമാറ്റി.

ടി ഷർട്ട് മുറിച്ചുമാറ്റിയപ്പോൾ എന്റെ പൂണൂൽ പ്രശ്നമായി. സിസ്റ്റർ സങ്കോചത്തോടെ ചോദിച്ചു. "സർഇതെന്ത് ചെയ്യണം?"

"കട്ട് ചെയ്തോളൂ!" ഞാൻ സിസ്റ്ററോട് പറഞ്ഞു. അവർ മടിച്ചു നിന്നപ്പോൾ ഞാൻ വീണ്ടും പറഞ്ഞു. "മുറിച്ചോ, പ്രശ്നമില്ല" മുറിച്ചു നീക്കുന്നതിന് മുമ്പ് "അങ്കിൾ,കട്ട് ചെയ്തോട്ടെ" എന്ന് അടുത്ത ആളും ചോദിച്ചു. ശരിയെന്ന് ഞാൻ വീണ്ടും സമ്മതം നൽകി. അവർ എന്റെ ക്രോസ് ബെൽറ്റ് മുറിച്ചു മാറ്റി. അതോടെ എന്റെ ബ്രാഹ്മണ്യം നഷ്ടപ്പെട്ടതായി ഞാൻ കരുതുന്നില്ല. കാരണം വെറുമൊരു നൂലല്ല എന്റെ ബ്രാഹ്മണ്യത്തിന്റെ അടയാളമെന്നാണ് എന്റെ വിശ്വാസം. കൈഅനക്കാൻ പറ്റാത്ത തരത്തിലുള്ള തീവ്രവേദനയായിരുന്നു എനിക്കപ്പോൾ.

ഓപ്പറേഷൻ തീയറ്ററിലേക്ക് പ്രവേശിക്കും മുമ്പ് നിരവധി പേപ്പറുകളിൽ മെഡിക്കൽ സ്റ്റാഫ് എന്റെ ചുണ്ടൊപ്പ് വാങ്ങുന്നുണ്ടായിരുന്നു,. ഒപ്പം കുറെ ചോദ്യങ്ങളുമുണ്ടായി. എങ്ങിനെയാണ് അപകടമുണ്ടായത്? ജോലി എന്താണ്? മുമ്പ് സർജറി വല്ലതും ചെയ്തിട്ടുണ്ടോ? എന്നൊക്കെയായിരുന്നു അവരുടെ ചോദ്യങ്ങൾ.

കാലിലെ ഒരു ചെറിയ മുഴ ഡോ. പ്രസാദ് കുറെ വർഷങ്ങൾക്ക് മുമ്പ് ഒരു ചെറിയ സർജറിയിലൂടെ എടുത്ത് കളഞ്ഞതല്ലാതെ മറ്റു ഓപ്പറേഷനുകളൊന്നും എനിക്ക് നടത്തിയിരുന്നില്ല.

പിന്നെ അബോധാവസ്ഥയുടെ അഗാധതയിലേക്ക് മെല്ലെ മെല്ലെ താഴ്ന്നു പോകുന്നതായി എനിക്ക് തോന്നി.

* * *

സർജറിക്ക് ശേഷം ഐ സി യു വിലേക്ക് എപ്പോഴാണ് എന്നെ എത്തിച്ചത് എന്നറിയില്ല. ഉണർന്നപ്പോൾ ഏതാണ്ട് ഒമ്പത് മണിയെങ്കിലും ആയിക്കാണുമെന്ന് ഊഹിച്ചു.

വലംകൈ തീരെ ചലിപ്പിക്കാൻ കഴിയുന്നില്ല എന്ന് ഒരു ഞെട്ടലോടെ ഞാൻ മനസ്സിലാക്കി.

കൈക്കുഴ നേരെ പിടിച്ചിട്ടത് കൊണ്ടാവാം അസഹ്യമായ വേദന

ഇപ്പോഴില്ല. ഒരു പക്ഷേ പെയിൻ കില്ലറിന്റേതുമാകാം. ആകെ ഒരു തരിപ്പ് അനുഭവപ്പെടുന്നുണ്ടായിരുന്നു.

ഇടംകൈയിലൂടെയാണ് എല്ലാ പ്രയോഗങ്ങളും ഇപ്പോൾ നടക്കുന്നത്. വരിഞ്ഞ് മുറുക്കിക്കെട്ടിയ വീതിയേറിയ ബൽറ്റിലൂടെ കൃത്യമായ ഇടവേളകളിൽ ഇടത് കൈമർദ്ദം ഏറ്റ് വാങ്ങിക്കൊണ്ടിരുന്നു. നടുവിരലിന്റെ അറ്റത്ത്ഒരു ക്ലിപ്പും ഇട്ടിട്ടുണ്ട്. കൂടാതെ ഇടംകൈ വഴി ഡ്രിപ്പും കയറ്റുന്നുണ്ട്. ഇടക്കിടെ നഴ്സുമാർ വന്ന് ഇൻജക്ഷനും തരുന്നുണ്ട്.

വലംകൈക്ക് വേണ്ടി ഇടംകൈ എല്ലാം ഏറ്റുവാങ്ങി ഒരു പരാതിയുമില്ലാതെ നിശബ്ദനായി കിടന്നു.

കട്ടിലിന് പിറകിലുള്ള മോണിറ്ററിൽ നിരന്തരം മിന്നിക്കൊണ്ടിരിക്കുന്ന നിരവധി ബഹുവർണ ഗ്രാഫുകൾ. അവയൊക്കെ എന്താണെന്നോ എന്തിനാണെന്നോ അറിയില്ല. ആധുനിക വൈദ്യശാസ്ത്രത്തിന്റെ വികാസം എത്രമാത്രം വിസ്മയകരമാണെന്ന് ഓർത്തുപോയി.

മോണിറ്ററിംഗ് യന്ത്രത്തിൽ നിന്നുള്ള ബീപ് ശബ്ദം മാത്രം നിശ്ശബ്ദതയെ ഭേദിച്ചുകൊണ്ടിരുന്നു. ആ ബീപ് ശബ്ദം പിന്നീട് പല ദിവസങ്ങളിലും വന്ന് എന്റെ ഉറക്കം കെടുത്തിയിട്ടുണ്ട്.

കിടന്നിടത്ത് നിന്ന് അനങ്ങാൻ പറ്റിയില്ലെങ്കിലും ഞാൻ ചുറ്റുമൊന്ന് കണ്ണോടിച്ചു നോക്കി.വിശാലമായ ഐ സി യു വിൽ ഏതാണ്ട് ഒരു ഡസനോളം രോഗികൾ കിടക്കുന്നുണ്ടായിരുന്നു. അവരുടെയെല്ലാം നില അതീവ സങ്കീർണ്ണമാണെന്ന് മെഡിക്കൽ സയൻസിന്റെ ഒരു ചുക്കുമറിയാത്ത എനിക്ക് പോലും പെട്ടെന്ന് മനസ്സിലായി. ഓരോ പേഷ്യന്റിന്റെയും അരികെ ഡോക്ടർമാരും നഴ്സുമാരും നിൽക്കുന്നുണ്ടായിരുന്നു. അവർ എന്തൊക്കെയോ ട്രീറ്റ്മെന്റ് നടത്തുന്നുണ്ടായിരുന്നു. പല വിവരങ്ങളും രോഗിയോട് നേരിട്ട് ചോദിച്ച് മനസ്സിലാക്കുന്നുണ്ടായിരുന്നു.

അതൊക്കെ കണ്ടപ്പോൾ എന്റെ അവസ്ഥ അതിൽ നിന്നൊക്കെ എത്ര നിസ്സാരമാണെന്ന് എനിക്ക് മനസ്സിലായി. മഹാശക്തിയുടെ അനുഗ്രഹത്താൽ എനിക്ക് ഒരു കൈക്ക് മാത്രമേ ഇപ്പോൾ പ്രശ്നമുള്ളൂ. ഒരു കൈയുണ്ട്,രണ്ട് കാലുകളുണ്ട്, മറ്റ് അവയവങ്ങൾക്കൊന്നും കാര്യമായ തകരാറുകളൊന്നും ഇത് വരെ അനുഭവപ്പെട്ടിട്ടില്ല. ഇപ്പോൾ അനുഭവപ്പെടുന്നുമില്ല. പരാശക്തിക്ക് ഞാൻ പല തവണ നന്ദി പറഞ്ഞു.

എങ്കിലും എത്ര പെട്ടെന്നാണ് എല്ലാം സംഭവിച്ചത്. ഞാൻ ചിന്തിച്ചു. “ബസ്സിന്റെ അമിത വേഗതയും ബൈക്കുകാരന്റെ അശ്രദ്ധയും നഷ്ടപ്പെടുത്തിയത് എന്റെ വലംകൈയുടെ ചലന ശക്തിയാണ്.

ഇനിയുള്ളകാലം മുഴുവൻ അത് നിശ്ചലാവസ്ഥയിൽ ആയിരിക്കുമോ എന്ന ചിന്ത എന്നെ ഒരു നിമിഷം അസ്വസ്ഥനാക്കി. പക്ഷേ, അടുത്ത നിമിഷം തന്നെ എന്നിലെ പേടിയെല്ലാം അകന്ന് പോകുന്നതായും വല്ലാത്ത ഒരു തരം നിസ്സംഗത എന്നെ വന്ന് പൊതിയുന്നതായും എനിക്ക് തോന്നി.

* * *

സുമുഖനും സൗമ്യനുമായ ഒരു ഡോക്ടർ അരികിലെത്തി. സീനിയർ ഓർത്തോ സർജൻ ഡോ. ബോബി ജേക്കബ്ബ് ആണെന്ന് സ്വയം പരിചയപ്പെടുത്തി. വലംകൈ പതുക്കെ തലോടി അദ്ദേഹം പറഞ്ഞു "ഇപ്പോൾ വേദന ഒന്നുമില്ലല്ലോ. തക്കസമയത്ത് എത്തിയത് കൊണ്ട് ഭാഗ്യമായി. പൾസും ബ്ലഡ് സർക്കുലേഷനും ഒന്നും ഉണ്ടായിരുന്നില്ല. അതിനുള്ള സർജറിയാണ് നടത്തിയത് അതൊക്കെ ഇപ്പോൾ നോർമൽ ആണ്.

പിന്നെ തോളിൽ ഒരു ചെറിയ ഫ്രാക്ച്ചർ ഉണ്ട്. അതിന് ഒരു ചെറിയ സർജറി കൂടി വേണം അത് നാളെ ചെയ്യാം.

പിന്നെ നിങ്ങൾ എഡ്യൂക്കേറ്റഡ് ആണല്ലോ. അത് കൊണ്ട് ഒന്നും മറച്ച് വെക്കുന്നില്ല.കൈ തിരിച്ച് കിട്ടിയത് മഹാഭാഗ്യമായി കരുതൂ. കുറച്ച് കൂടി വൈകിയിരുന്നെങ്കിൽ കൈ amputate ചെയ്യേണ്ടി വന്നേനെ"

കാര്യങ്ങൾ കഴിയുന്നത്ര ലളിതമാക്കി ഡോക്ടർ തുടർന്നു.

"വീഴ്ചയുടെ ആഘാതത്തിൽ കഴുത്തിന്റെ ഭാഗത്ത് നിന്നും വരുന്ന ചില നർവുകൾക്ക് വലിച്ചിൽ സംഭവിച്ചിട്ടുണ്ട്. കൈയുടെ ചലന ശേഷിയെ അത് കാര്യമായി ബാധിക്കും. കൈയുടെ പ്രവർത്തനശേഷി വീണ്ടുകിട്ടാൻ ചിലപ്പോൾ മാസങ്ങൾ തന്നെ വേണ്ടി വന്നേക്കും. കാലക്രമേണ എന്നേ പറയാൻ പറ്റൂ. ഫിസിയോ തെറാപ്പിയും എക്സർസൈസുമൊക്കെ ചെയ്ത് പതുക്കെ കഴിയുന്നത്ര ശരിയാക്കിയെടുക്കണം.

പിന്നെ ഒരു പോംവഴി നിർദ്ദേശിക്കാനുള്ളത് പ്ലാസ്റ്റിക് സർജറിയാണ്. പക്ഷേ അതിപ്പോൾ ചെയ്യാൻ കഴിയില്ല. ഏഴെട്ടുമാസമെങ്കിലും കഴിയേണ്ടിവരും ശരിയായി കിട്ടുകയാണെങ്കിൽ ആദ്യത്തേതാണ് ഏറ്റവും നല്ല മാർഗ്ഗം."

ഡോക്ടർ പറഞ്ഞു നിർത്തി. "എല്ലാം ശരിയാകുമെന്ന് വിശ്വസിക്കാം. നൽക്കാലം നന്നായി വിശ്രമിക്കൂ. ഞാൻ പിന്നീട് വരാം."

ഡോക്ടർ മെല്ലെ നടന്നകന്നു. അപ്പോഴാണ് കാര്യത്തിന്റെ ഗൗരവം ശരിക്കും പിടികിട്ടിയത്.

ചലനമില്ലെങ്കിലും എന്റെ കൈ തിരിച്ചുനൽകിയപ്രപഞ്ച ശക്തിയോട് ഞാൻ കോടാനുകോടി നന്ദി പറഞ്ഞു. എപ്പോഴും കൈകൾ വീശി നടക്കുന്ന സ്വഭാവമുള്ള വലംകൈയില്ലാത്ത എന്റെ രൂപം സങ്കൽപ്പിക്കാൻ പോലും എനിക്ക് ഭയം തോന്നി.

* * *

പ്രീ ഓപ്പറേഷൻ യൂണിറ്റിലേക്കുള്ള പ്രവേശനം വളരെയധികം നിയന്ത്രണ വിധേയമാണ്. അതിനാൽ തന്നെ നമ്മുടെ ആർക്കും ഇഷ്ടം പോലെ കയറി വന്ന് കാണാൻ പറ്റില്ല.

ഉദയ്‌യും കുറച്ച് കഴിഞ്ഞപ്പോൾ ഗിരിജയും പച്ച നിറമുള്ള ഗൗൺ ധരിച്ച് എന്നെ കാണാൻ വന്നു. അവർ യൂണിറ്റിന് പുറത്ത് തന്നെ ഉണ്ടായിരുന്നു. കഴിഞ്ഞഏതാനും മണിക്കൂറുകൾക്കുള്ളിൽ അവർ അനുഭവിച്ചിരിക്കാവുന്ന മാനസീക സംഘർഷം അവരുടെ മുഖത്ത് നിന്ന് എനിക്ക് വായിച്ചെടുക്കാമായിരുന്നു.

ഡോക്ടർ കാര്യങ്ങളെല്ലാം വ്യക്തമായി സംസാരിച്ചു എന്ന് ഗിരിജ പറഞ്ഞു. കസിൻ ഡോ. പ്രസാദ് ഡോ. ബോബിയുമായി നേരിട്ടും വാട്ട്സ് ആപ്പിലൂടെയും നിരന്തരം നടത്തിയ ആശയവിനിമയങ്ങൾ ആ പ്രതിസന്ധി ഘട്ടത്തിൽ വളരെയധികം സഹായകരമായി.

തോളിൽ ഒരു ചെറിയ ഫ്രാക്ചർ ഉണ്ട്. എല്ല് പൊട്ടിയത് ശരിയാക്കാനുള്ള ഒരു സർജറി കൂടി ചെയ്യാനുണ്ട്. അത് കൂടി കഴിഞ്ഞാൽമാത്രമേ പ്രീ ഓപ്പറേഷൻ യൂണിറ്റിൽ നിന്നും റൂമിലേക്ക് മാറ്റുകയുള്ളൂ എന്ന് ഡോക്ടർ പറഞ്ഞു.

ഈ ചെറിയ സർജ്ജറി പിന്നീട് ചെയ്താൽ മതിയാകും. പക്ഷേ ഇപ്പോൾ തന്നെ അതും കൂടി ചെയ്യുന്നതാണ് നല്ലതെന്ന് ഡോ. ബോബിയും മറ്റ് ഡോക്ടർമാരും അഭിപ്രായപ്പെട്ടു.

വേദന വലിയ തോതിൽ അനുഭവപ്പെടാത്തതിനാൽ ചുറ്റും നടക്കുന്ന കാര്യങ്ങളിലേക്ക് ശ്രദ്ധ തിരിച്ച് ഞാൻ കിടന്നു.

ഡോക്ടർ പയ്യൻമാരുടെ ചെറിയ ചെറിയ സംഘങ്ങൾ രണ്ട് മൂന്ന് തവണ സന്ദർശനം നടത്തി പോകുകയുണ്ടായി. അനക്കാൻ പറ്റാത്ത കൈ അവിടെ ചലിപ്പിക്കൂ ഇവിടെ ചലിപ്പിക്കൂ എന്നൊക്കെ അവർ നിർദ്ദേശിച്ചു. പക്ഷേ ഒരു വിരൽ പോലും അനക്കാൻ കഴിയാത്ത നിസ്സഹായാവസ്ഥയിലായിരുന്നു ഞാൻ.

അതിനിടെ ഒരു ഡോക്ടർ പയ്യൻ ഇടത് കൈ വിരലിലുണ്ടായിരുന്ന ഒരു ക്ലിപ്പ് മാറ്റി വലത് കൈ വിരലിൽ പിടിപ്പിച്ചു. മറ്റൊരു ഡോക്ടർ

പയ്യൻ ഓടിവന്ന് അവനെ ശകാരിച്ചുകൊണ്ട് ക്ലിപ്പ് ഇടംകൈയ്യിലെ വിരലിൽ തന്നെ തിരികെ ഘടിപ്പിച്ചു.

പയ്യൻ ഡോക്ടർമാരുടെ കാര്യം അസ്വസ്ഥതകൾക്കിടയിലും എന്നിൽ ചിരി പടർത്തി.

ഇടക്കിടെ വന്ന് പോയ്ക്കൊണ്ടിരിക്കുന്ന ഒരു സിസ്റ്റർ കുശലാന്വേഷണങ്ങൾക്കിടയിൽ ജോലിയെ പറ്റി ചോദിച്ചു. പരസ്യ സ്ഥാപനത്തിൽ കോപ്പിറൈറ്റിംഗ് ആണെന്നും എഴുത്താണ് ജോലിയെന്നും അവരോട് പറഞ്ഞിരുന്നു. അവരുടെ ഒരു അടുത്ത ബന്ധു ഇതേ മേഖലയിലാണ് ജോലി ചെയ്യുന്നത് എന്ന് പറഞ്ഞു.

പക്ഷേ കുറച്ച് നേരം കഴിഞ്ഞപ്പോൾ വന്ന മറ്റൊരു കൊച്ചു ഡോക്ടറുടെ പ്രതികരണം മറ്റൊരു തരത്തിലായിരുന്നു. കോപ്പിറൈറ്റിംഗ് ആണ് ജോലി എന്നറിഞ്ഞപ്പോൾ അയാൾ തന്റെ കണ്ണുകൾ മേലോട്ടുയർത്തി നാക്ക് കൊണ്ട് ഒരു പ്രത്യേകശബ്ദം പുറപ്പെടുവിച്ച് ധൃതിയിൽ നടന്നുപോയി.

“ഇവന്റെ കാര്യം ഇനി പോക്ക് തന്നെ” എന്നായിരിക്കുമോ ആ ആക്ഷന്റെ അർത്ഥം. വലംകൈ ഉപയോഗിച്ച് മാത്രം ഞാൻ ചെയ്തിരുന്ന പലജോലികളും എനിക്ക് ഇനി ചെയ്യാൻ പറ്റാതാകുമോ? വായന കഴിഞ്ഞാൽ ഞാൻ ഏറ്റവും ഇഷ്ടപ്പെടുന്ന ഒരു കാര്യം എഴുത്താണ്. ഇപ്പോഴത്തെ എന്റെ ജോലിയും വരുമാന മാർഗ്ഗവും അത് തന്നെയാണ്.

വലംകൈ ചെയ്യുന്ന ജോലികൾ ഓരോന്നായി എന്റെ മനസ്സിൽ തെളിഞ്ഞ് വന്നു. രാവിലെ എഴുന്നേറ്റാൽ പല്ല് തേപ്പും ഷേവിംഗും കുളിയും. അതിനെല്ലാം വലംകൈയാണല്ലോ മുന്നിൽ നിൽക്കുന്നത്.

കുളികഴിഞ്ഞ ഉടനെ ഞാൻ ദിവസവും ചെയ്യുന്ന ഞങ്ങളുടെ ചെറിയ പൂജാമുറിയിലെ തേവാരത്തിനുള്ള പൂജ, അതിനുള്ള ഒരുക്കങ്ങൾ... പൂ പറിക്കൽ, തേവാരം കുളിപ്പിക്കൽ അഥവാ കഴുകൽ, വിളക്ക് കത്തിച്ച ശേഷമുള്ള നിരവധി അർച്ചനകൾ അടങ്ങിയ അനുഷ്ഠാനങ്ങൾ...

പിന്നെ പ്രാതൽ കഴിക്കൽ. ശേഷം അധ്യാപികയായ സഹയാത്രികയെയും പിറകിലിരുത്തി ബൈക്കിലുള്ള യാത്ര. റെയിൽവേ സ്റ്റേഷനിലെ പാർക്കിങ്ങ് ഏരിയയിൽ ബൈക്ക് വെച്ച് കണ്ണൂരിലെ ജോലിസ്ഥലത്തേക്കുള്ള ട്രെയിൻ യാത്ര...

അവിടെയെത്തിയാൽ ലഞ്ച് ബ്രേക്കൊഴിച്ച് മറ്റുള്ള സമയങ്ങളിലെല്ലാം, വലിയ ഇടവേളയ്ക്ക് സമയം കിട്ടാതെ, പേനയും കൈയിൽ പിടിച്ച് പേപ്പറുമായി പുലർത്തുന്ന നിരന്തര സൗഹാർദ്ദം.

ഒരു മണിക്ക് ശേഷമുള്ള കോഫി ഹൗസിലെ തിരക്കുകൾക്കിടയിൽ തിക്കിതിരക്കി ധൃതിയിലുള്ള ഉച്ച ഭക്ഷണം. വൈകുന്നേരം സഹപ്രവർത്തകർക്കൊപ്പമുള്ള ചായകുടി.

പിന്നെ 6 മണിയോടെ എത്തുന്ന പരശുറാം എക്സ്പ്രസ്സിൽ നാട്ടിലേക്കുള്ള മടക്കയാത്ര. റെയിൽവേ സ്റ്റേഷനിൽ നിന്നും ബൈക്കുമെടുത്ത് അത്യാവശ്യസാധനങ്ങൾ വാങ്ങിയതിന് ശേഷം വീട്ടിലേക്കുള്ള യാത്ര. കുളി, പ്രാർത്ഥന, അത്താഴം പിന്നെ ചിലപ്പോൾ പന്ത്രണ്ടരവരെ നീളുന്ന വായനയും ടി വി കാണലും.

ഇതിനെല്ലാം ഒളിഞ്ഞും തെളിഞ്ഞുമുള്ള സജീവ പങ്കാളിയായ വലംകൈ... ഇപ്പോൾ ദൈവമേ! ഇനി ഞാൻ ഇതൊക്കെ എങ്ങിനെ ചെയ്യും?.

ചെറുപ്പത്തിലേ അച്ഛൻ പഠിപ്പിച്ച് തന്ന രാവിലെയും വൈകുന്നേരവുമൊക്കെ അനേകം തവണ ചൊല്ലാറുള്ള മന്ത്രം ഞാൻ കണ്ണുകൾ അടച്ച് മെല്ലെ ഉരുവിട്ടു.

ഭഗവൻ ഭൂതഭവ്യേശ!
ന ജാനെ ഹിതമാത്മന:
ത്വമേവ സഞ്ചിന്ത്യവിഭോ!
ഹിതം മേ ദാതുമർഹസി.

എനിക്ക് അനുയോജ്യമായത് എന്തെന്നറിഞ്ഞു കൂടാത്തതിനാൽ അങ്ങ് തന്നെ നല്ലവണ്ണം ചിന്തിച്ച് ഹിതമായത് നൽകി അനുഗ്രഹിച്ചാലും!

കണ്ണുകളടച്ചപ്പോൾ പെട്ടെന്ന് അച്ഛനും അമ്മയും മനസ്സിലേക്ക് കടന്നു വന്നു. വർഷങ്ങൾക്ക് മുമ്പ് ഓർമ്മകൾ മാത്രമായി മാറിയ അവർ ഇപ്പോൾ എവിടെയായിരിക്കും? എങ്ങിനെ? ഏത് രൂപത്തിൽ? മകന് ഒരു ചെറിയ പനി വന്നാൽ പോലും വേവലാതിപ്പെട്ടുന്നവർ ഇതറിഞ്ഞിരിക്കുമോ?

അപ്പോൾ ചിന്തകൾ ചുമരുകൾക്ക് തൊട്ടപ്പുറത്ത് അശാന്തരായി, അസ്വസ്ഥരായി ഇരിപ്പുണ്ടാവുന്ന ഏറ്റവും ഉറ്റവരിലേക്ക് ചാഞ്ഞു.

ഗിരിജയും ഉദയും ഇപ്പോൾ പുറത്ത് ഇഷ്ടം പോലെ കടന്നു വരാനും അടുത്തിരിക്കാനും കഴിയാതെ...

കുഞ്ഞൂട്ടി, എന്റെ പേരക്കുട്ടി വീട്ടിൽ ഇപ്പോൾ എന്ത് ചെയ്യുകയായിരിക്കും? മണിക്കുട്ടി...മകന്റെ ഭാര്യ... മാത്രം കൂടെയുള്ളത് കൊണ്ട് വാശി പിടിക്കുന്നുണ്ടാകുമോ? എന്തോ? ഞാൻ മാളിൽ നിന്ന് വാങ്ങിയ ബിസ്ക്കറ്റും ഫ്രൂട്ട്സും ഒക്കെ അവൾ കഴിച്ചിട്ടുണ്ടാകുമോ?

അപ്പാർട്ട്മെന്റിൽ തിരിച്ചെത്തിയാൽ എനിക്ക് കുഞ്ഞൂട്ടിയെ എടുക്കാനാകുമോ എന്തോ? അവളെയും എടുത്ത് കുറെ സമയം വരാന്തയിൽ ഇരിക്കും. പിന്നെ കുറച്ച് സമയം അങ്ങോട്ടുമിങ്ങോട്ടും നടക്കുകയാണ് പതിവ്. സ്ലിംഗിൽ ബന്ധിച്ച കൈയ്യും കൊണ്ട് അവളെ ഞാനെങ്ങനെ തൊട്ടിലാട്ടും? അത് മറ്റുള്ളവർ ചെയ്യുമെങ്കിലും എനിക്കാവില്ലല്ലോ എന്നോർത്തപ്പോൾ ബൈക്കുകാരനോടും ബസ്സ് ഡ്രൈവറോടും ഒക്കെ വല്ലാത്ത അരിശം തോന്നി. ഓരോരുത്തന്റെ ഒടുക്കത്തെ സ്പീഡും അശ്രദ്ധയും...

മനസ്സിനെ ശാസിച്ചു. കൂൾഡൗൺ... കൂൾഡൗൺ... റിലാക്സ്... റിലാക്സ്... സംഭവിച്ചത് സംഭവിച്ചു. അത്ര തന്നെ! അതിൽ ആരെയും പഴിചാരിയിട്ട് കാര്യമില്ല. സംഭവിക്കാനുള്ളത് സംഭവിക്കുക തന്നെ ചെയ്യും. എല്ലാവരും എല്ലാം സഹിച്ചേ പറ്റൂ!

മറ്റൊന്നും ഓർക്കാതെ നൽക്കാലം വിശ്രമിച്ചേ പറ്റൂ. ഒന്ന് ഉറങ്ങിക്കിട്ടിയാൽ മതിയായിരുന്നു. കണ്ണുകൾ അടച്ച് മനസ്സ് ശാന്തമാക്കി ഞാൻ ഉറങ്ങാൻ ശ്രമിച്ചു...

രാത്രി രണ്ട് മണിയും ബ്ലഡ് ഗ്രൂപ്പും

ഉറക്കം അനുഗ്രഹിക്കുന്ന ലക്ഷണമേ കാണുന്നില്ല. അപരിചിതമായ അന്തരീക്ഷവും മറ്റ് പല അസ്വസ്ഥതകളും കാരണമായിരിക്കാം.

ഇടംകൈ ഒട്ടും സ്വതന്ത്രനല്ല. അമർത്തിച്ചുറ്റിയ വീതിയേറിയ ബാൻഡേജ് പോലുള്ള വസ്തു വളരെ കൃത്യമായി കൈയ്യിൽ മർദ്ദം ഏല്പിച്ചു കൊണ്ടിരിക്കുന്നുണ്ട്.

മോണിറ്ററിംങ്ങ് മെഷീനിൽ നിന്നുള്ള ബീപ് ശബ്ദവും ഇടക്കിടെ രോഗികളെ പരിശോധിക്കാനെത്തുന്ന ഡോക്ടർമാരും പല കാര്യങ്ങളും ചെയ്ത് കൊണ്ട് ചുറ്റി നടക്കുന്ന സിസ്റ്റർമാരും ഒഴിച്ചാൽ വിശാലമായ പ്രീ ഓപ്പറേഷൻ യൂണിറ്റ് നിശ്ശബ്ദമാണ്.

രാത്രി വൈകുന്തോറും നിശ്ശബ്ദതയുടെ ആഴം കൂടിക്കൂടി വന്നു.

മറ്റ് ബെഡ്ഡുകളിലുള്ളവരുടെ ചുമയോ അനക്കമോ പോലും കേൾക്കാനില്ല. അവരെല്ലാം ചിലപ്പോൾ ഉറങ്ങിക്കാണും... ഭാഗ്യവാന്മാർ. സുഖമായി ഉറങ്ങട്ടെ. ചുരുങ്ങിയ പക്ഷം അതിനുള്ള ഭാഗ്യമെങ്കിലും ദൈവം നൽകിയല്ലോ. ചെറുപ്പത്തിൽ ഉറക്കം വരുന്നില്ല എന്ന് പരാതി പറയുമ്പോൾ രാമനാമം ജപിച്ച് കണ്ണടച്ച് കിടക്കാൻ പറയുമായിരുന്നു അമ്മ.

ഒന്ന് പരീക്ഷിച്ചുനോക്കിയാലോ?

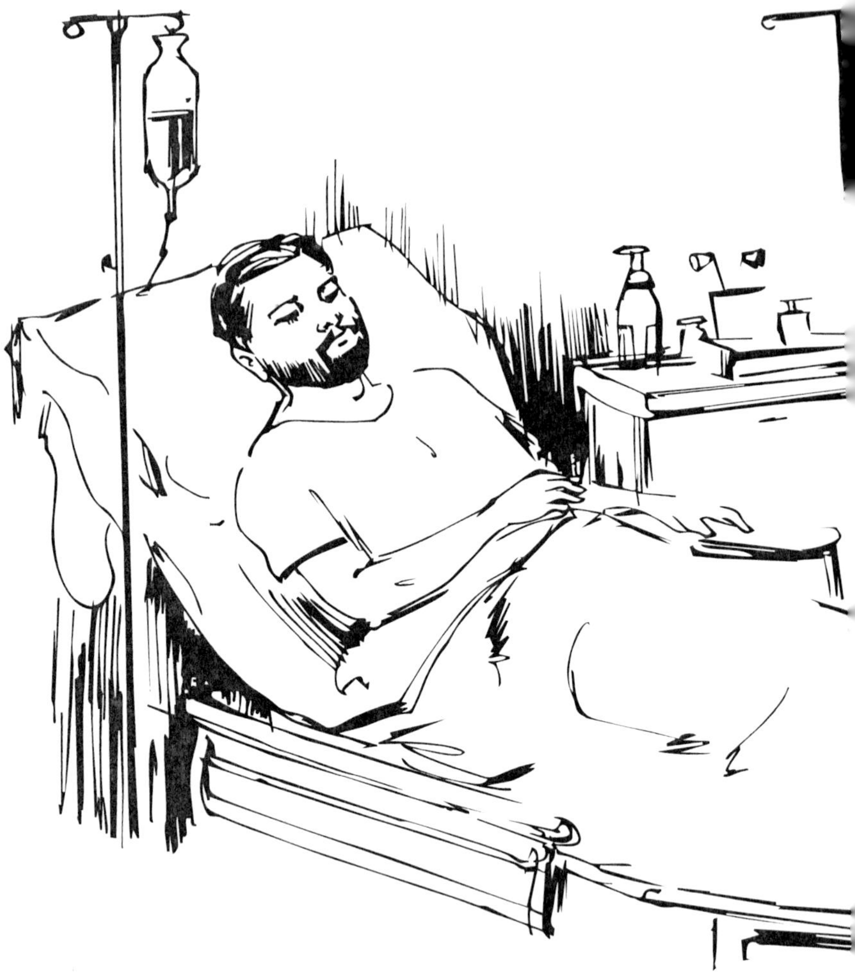

കണ്ണുകളടച്ച് കുറേനേരം രാമനാമം ജപിച്ച് കിടന്നു നോക്കി. യാതൊരു ഫലവും കണ്ടില്ല. 200 മുതൽ താഴോട്ട് എണ്ണിനോക്കി. മൂന്നാലുതവണ. അതും വിഫലമായി.

ഇപ്പോൾ എത്രമണിയായിക്കാണും.

പതിവായി ഉറങ്ങുന്നത് പന്ത്രണ്ട് മണിയൊക്കെ കഴിഞ്ഞാണല്ലോ. അതായിരിക്കാം മറ്റൊരു കാരണമെന്ന് ആശ്വസിച്ചു.

ഇപ്പോൾ രാത്രി കുറെ വൈകിയിട്ടുണ്ടാകുമെന്ന കാര്യം തീർച്ചയാണ്. ഇനി സിസ്റ്റർ വരുമ്പോൾ സമയം എത്രയായിക്കാണുമെന്ന് ചോദിക്കാം.

ചുറ്റും നിശ്ശബ്ദത തളം കെട്ടി നിൽക്കുകതന്നെയാണിപ്പോഴും.

നിശ്ശബ്ദതയുടെ ആരാധകനായി, പലപ്പോഴും നിശ്ശബ്ദത ആഗ്രഹിച്ചിരുന്നു, അതിനായി കൊതിച്ചിരുന്നു. എനിക്കപ്പോൾ എന്തോ വല്ലാത്ത അസ്വസ്ഥത തോന്നി...

ഉറക്കമാണെങ്കിൽ എന്നെ തീരെ ഉപേക്ഷിച്ച മട്ടാണ്.

ഒരു പക്ഷേ "നിശ്ശബ്ദതപോലും ഇന്ന് നിശ്ശബ്ദമായ്" എന്ന് കവി ഉദ്ദേശിച്ചത് ഇത്തരമൊരു അന്തരീക്ഷത്തെകുറിച്ചാവാം.

ഒന്ന് തിരിഞ്ഞു കിടക്കാനോ മറിഞ്ഞു കിടക്കാനോ കഴിയില്ല. ചാരി ഇരിക്കാനും പറ്റുമെന്ന് തോന്നുന്നില്ല. ഇനി എപ്പോഴാണാവോ മുമ്പത്തെ പോലെ ഒന്ന് സുഖമായി കിടന്നുറങ്ങാൻ കഴിയുക?

ഒരു സിസ്റ്റർ ഇങ്ങോട്ട് വരുന്നുണ്ട്. അവരോട് സമയം എത്രയെന്ന് ചോദിക്കാം.

ഉറങ്ങാതെ കണ്ണ് മിഴിച്ച് കിടക്കുന്ന എന്നെ കണ്ടിട്ടാവാം അവർ ചോദിച്ചു "വെള്ളം കുടിക്കാൻ വേണോ? ഉറക്കം വരുന്നില്ല അല്ലേ,? വേദന തോന്നുകയാണെങ്കിൽ പറഞ്ഞോളൂ"

ഞാൻ വേണ്ടെന്ന് തലയാട്ടി. കട്ടിലിന്നരികിലുള്ള ഫയൽ മറിച്ചു നോക്കുന്ന സിസ്റ്ററോട് ഞാൻ തിരക്കി "സിസ്റ്റർ സമയം ഇപ്പോൾ എത്രയായിക്കാണും?" രണ്ട് മണിയായെന്ന് അവർ പറഞ്ഞു.

പിന്നീട് എന്തോ ഓർത്ത് എന്റെ ബ്ലഡ് ഗ്രൂപ്പ് ഏതാണെന്ന് ഞാൻ സിസ്റ്ററോട് ചോദിച്ചു.

"O +ve" അവർ മറുപടി പറഞ്ഞു.

"ഇതുവരെ ബ്ലഡ് ഗ്രൂപ്പൊന്നും അറിയേണ്ട ആവശ്യം വന്നിട്ടുണ്ടാവില്ല അല്ലേ?"സിസ്റ്റർ പുഞ്ചിരിയോടെ തിരക്കി. ഞാൻ ശരിയാണെന്ന അർത്ഥത്തിൽ തലയാട്ടി. അവർ ചിന്തിച്ചത് ശരിയാണ്.

ഇതേവരെ ജീവിതത്തിൽ ഇങ്ങനെയുള്ള സർജറികളും ഹോസ്പിറ്റൽ വാസവും ഒന്നും അഭിമുഖീകരിക്കേണ്ടി വന്നിട്ടില്ല. എന്റെ ബ്ലഡ് ഗ്രൂപ്പ്

ഏതാണെന്ന് പോലും എനിക്കറിയില്ല.

പക്ഷേ, എല്ലാറ്റിനും പകരമായി ഇപ്പോൾ...

സിസ്റ്റർ പോയപ്പോൾ ഉറങ്ങാനുള്ള ആഗ്രഹവുമായി കണ്ണടച്ച് കിടന്നു.

പക്ഷേ ഉറക്കത്തിന് പകരം കയറിവരുന്നത് എന്തൊക്കെയോ ഓർമ്മകളും ചിന്തകളുമാണ്.

അങ്ങനെയാണെങ്കിൽ ശരി അങ്ങനെ. ഓർമ്മകൾക്കും ചിന്തകൾക്കും ഒപ്പം കാടുകയറാം. പിന്നെ ഭൂമിയും വാനവും കടന്ന്... അങ്ങനെ..... അങ്ങനെ

* * *

എന്താണെന്നറിയില്ല. മനസ്സിലേക്ക് നീലേശ്വരത്തെ ഞങ്ങളുടെ വീടായ "നൈമിശാരണ്യ"ത്തിന്റെ ഓർമ്മകൾ കയറിവന്നു. നൈമിശാരണ്യം ഇപ്പോൾ യാതൊരു ഒച്ചയനക്കങ്ങളുമില്ലാതെ കനത്ത ഇരുട്ടിൽ മുങ്ങിക്കിടക്കുകയാകും. അവിടത്തെ ഓരോ മുക്കും മൂലയും ഓർമ്മയിൽ തെളിഞ്ഞുവന്നു.

ഇതെല്ലാം ഒരുവിധം ശരിയായിട്ടുവേണം "നൈമിശാരണ്യ"ത്തിലെത്താൻ. അവിടെ ഇഷ്ടം പോലെ കിടന്നുറങ്ങി, ഇഷ്ടപ്പെട്ട പുസ്തകങ്ങൾ വായിച്ച് വല്ലതുമൊക്കെ കുത്തിക്കുറിച്ച് ഇടക്കൊക്കെ ടി വി യും ലാപ്പും നോക്കി ഗിരിജ ഉണ്ടാക്കിത്തരുന്ന രുചികൾക്കൊപ്പം അങ്ങനെ കഴിയണം.

"നൈമിശാരണ്യം"-ഇതിഹാസങ്ങളുടെയുംദർശനങ്ങളുടെയും ഉപനിഷത്തുക്കളുടെയും ആഴങ്ങളിലേക്ക് ഇറങ്ങിച്ചെന്ന് പഠനങ്ങൾ നടത്തിയും വ്യാഖ്യാനങ്ങൾ രചിച്ചും ജീവിതം ധന്യമാക്കിയ അച്ഛൻ പഴയ വീടിന് നൽകിയ പേര്.

നിരവധി കാരണങ്ങളാൽ അച്ഛന്റെ മരണശേഷം ആ സ്ഥലവും വീടും വിറ്റ് അധികം അകലെയല്ലാതെ കൂടുതൽ സൗകര്യപ്രദമായ മറ്റൊരു സ്ഥലംവാങ്ങി. അതിൽ ഒരു വീട് വെച്ചപ്പോൾ അതിനും ഞങ്ങൾ "നൈമിശാരണ്യം"എന്ന പേര് തന്നെ നൽകി. രണ്ടാമതൊന്ന് ആലോചിക്കാൻ പോലും നിൽക്കാതെ.

ഞങ്ങളുടെ ജീവിതരീതികളും ചിന്തയും താല്പര്യങ്ങളും അഭിരുചികളുമൊക്കെ ആ ധിഷണാശാലിയിൽ നിന്നും കാതങ്ങൾ അകലെയാണെങ്കിലും അച്ഛന്റെ സ്മരണയ്ക്കായി ആ ഓർമ്മകൾക്കൊപ്പം എന്നും കഴിയാൻ വീട്ടുപേരിനെയും ഞങ്ങൾ ഒപ്പം നിർത്തി.

സന്ദർശകരിൽ അധികവും കൗതുകത്തോടെ ഈ പേരിനെക്കുറിച്ച് അന്വേഷിക്കുമായിരുന്നു. വിലാസം പറഞ്ഞുകൊടുക്കുമ്പോൾ വീട്ട് പേര് പലപ്പോഴും ആശയക്കുഴപ്പം സൃഷ്ടിച്ചു. പലരും പറഞ്ഞ് കേട്ടത് മനസ്സിലാവാതെ അത് തെറ്റിച്ചെഴുതി. ചിലർ വിശദമായി ചോദിച്ചറിഞ്ഞു.

ജോലിക്കായുള്ള അഭിമുഖങ്ങളിലും "നൈമിശാരണ്യം" ഒരു ചോദ്യമായി ഉയർന്ന് വന്നു. ആധ്യാത്മിക തലത്തിലുള്ള അതിന്റെ പ്രസക്തിയെക്കുറിച്ചുള്ള ചെറുവിവരണം മിക്ക ഇന്റർവ്യൂ ബോർഡുകൾക്ക് മുന്നിലും വേണ്ടി വന്നു. അച്ഛനിൽ നിന്നും ലഭിച്ച അറിവ് ഞാൻ അവരുമായി പങ്കുവെച്ചു.

ബ്രഹ്മാവിന്റെ നിർദ്ദേശപ്രകാരം നൈമി എന്ന ചക്രത്തെ ഋഷിവര്യന്മാർ ഉരുട്ടിവിടുകയും കലി ബാധിത പ്രദേശങ്ങളിലൂടെ കറങ്ങി അത് പ്രശാന്തസുന്ദരമായ ഒരു സ്ഥലത്ത് വട്ടം കറങ്ങി തകർന്നുവീഴുകയും ചെയ്തു. ഋഷിവര്യന്മാർ വേദങ്ങളും ഉപനിഷത്തുക്കളും രചിക്കാനായി അവിടെ പണിതുയർത്തിയ ആശ്രമസമുച്ചയമാണത്രേ- "നൈമിശാരണ്യം"

പുറമേരി കടത്തനാട്ട് രാജാസ് ഹൈസ്കൂളിൽ നിന്നും 40 വർഷത്തെ സുദീർഘമായ അധ്യാപക ജോലിയിൽ നിന്നും വിരമിച്ച് നീലേശ്വരത്തെ നൈമിശാരണ്യത്തിൽ താമസം ആരംഭിച്ചതിന് ശേഷം നിരന്തരമായ പഠന ഗവേഷണങ്ങളും വായനയും എഴുത്തും തന്നെയായിരുന്നു ശിഷ്ടജീവിതം മുഴുവൻ. 77-ാം വയസ്സിൽ പ്രാപഞ്ചിക ലോകത്തോട് വിടപറഞ്ഞ് പ്രപഞ്ചശക്തിയിൽ ലയിക്കുന്നത് വരെ ഒരനുഷ്ഠാനം പോലെ ആ പുണ്യാത്മാവ് തന്റെ കർമസപര്യ തുടർന്നു.

പലപ്പോഴും, പാതി കളിയായും പാതി കാര്യമായും അച്ഛൻ പറയുമായിരുന്നു- "എനിക്കിനി ജനനവും മരണവും ഇല്ല. ജനിമൃതികളിൽ നിന്നുള്ള മോചനം അഥവാ മോക്ഷപ്രാപ്തിയിലേക്കായിരിക്കും എന്റെ അടുത്ത യാത്ര."

അത് പൂർണ്ണമായും ശരിയാകാനേ വഴിയുള്ളൂ. അച്ഛൻ മോക്ഷപദം പൂകിയതിന് ശേഷം അമ്മയും അധികം വൈകാതെ അച്ഛനെ അനുഗമിച്ചു. ഒരു നല്ല വീട്ടമ്മയായി ഒതുങ്ങിക്കൂടിയ ജീവിതമായിരുന്നു അമ്മയുടേത്. പാചക നൈപുണ്യത്തോടൊപ്പം നല്ല കൈപുണ്യവും കൊണ്ട് അനുഗ്രഹീതയായിരുന്നു അമ്മ. അവർ നല്ല രുചിക്കൂട്ടുകൾ ഉണ്ടാക്കി ഞങ്ങൾക്ക് വിളമ്പിത്തന്നു. വലിയ പഠിത്തമൊന്നും ഇല്ലാതിരുന്ന അമ്മയുടെ ലോകം ഭർത്താവിന്റെയും മക്കളുടെയും പേരമക്കളുടെയും പരിചരണത്തിലും ഗൃഹപരിപാലനത്തിലും മാത്രം ഒതുങ്ങി നിന്നു. അതിൽ അവർ അങ്ങേയറ്റം സന്തോഷവതിയായിരുന്നു. നല്ല കുറച്ച്

പച്ചക്കറികൾ കിട്ടിയാൽ മതി. അമ്മ സന്തോഷം കൊണ്ട് മതിമറക്കും. പിന്നെ അത് രുചികരമായി എല്ലാവർക്കും വെച്ചുവിളമ്പാനുള്ള ധൃതിയായി.

പക്ഷേ അവസാനനാളുകളിൽ പക്ഷാഘാതം നിമിത്തം ആറേഴമാസം അമ്മ കിടന്നകിടപ്പിലായിപ്പോയി. എന്റെ സഹയാത്രികയുടെ സ്നേഹപരിചരണങ്ങൾ ഏറ്റുവാങ്ങി ആ സാധ്വി കാലയവനികക്കുള്ളിൽ മറഞ്ഞു.

ഇരുവരുടെയും സംസ്കാരവും മരണാനന്തര ചടങ്ങുകളും ഇപ്പോഴത്തെ ഞങ്ങളുടെ തറവാട്ടുഗൃഹമായ കാഞ്ഞങ്ങാട് പുല്ലൂരിൽ വെച്ചായിരുന്നു. അപ്പൻ മാർഗനിർദേശങ്ങളും നേതൃത്വവുമായി എല്ലാറ്റിനും ഒപ്പം നിന്നു. അവിടെ അച്ഛച്ഛനും അച്ഛമ്മയും അന്ത്യനിദ്രകൊള്ളുന്നിടത്തു തന്നെ അച്ഛനും അമ്മക്കും അന്ത്യവിശ്രമമൊരുക്കി.

* * *

അതിനിടയ്ക്ക് കുറച്ച് കാലം ഞാനും ഗിരിജയും മോനും കൂടി ഇടപ്പള്ളിക്കടുത്ത് പോണേക്കരയിൽ താമസിച്ചിരുന്നു. അന്ന് എനിക്ക് എറണാകുളത്ത് ഒരു പ്രൈവറ്റ് കമ്പനിയിൽ മാർക്കറ്റിങ്ങ് എക്സിക്യൂട്ടീവിന്റെ ജോലിയായിരുന്നു. ഗിരിജക്ക് അന്ന് ജോലി ലഭിച്ചിരുന്നില്ല.

ചെറിയ ഒരു വീടിന്റെ ഒരു ഭാഗത്ത് ഞങ്ങൾ വാടകയ്ക്ക് താമസിച്ചു. അതേവീടിന്റെ മറുഭാഗത്ത് വീട്ടുടമയും കുടുംബവും.

ഉദയ് നെ തൊട്ടപ്പുറത്തുള്ള ഒരു സ്കൂളിൽ എൽ കെ ജി യിൽ ചേർത്തിരുന്നു. വൈകുന്നേരങ്ങളിൽ സുഭാഷ് പാർക്കിലും മറൈൻ ഡ്രൈവിലും ദർബാർ ഹാൾ ഗ്രൗണ്ടിലുമൊക്കെ കറങ്ങി ഞങ്ങൾ എറണാകുളത്തെ ജീവിതം സന്തോഷപൂർണ്ണമാക്കി. ചില ഞായറാഴ്ചകളിലും മറ്റും ഞങ്ങൾ കലൂരിലുള്ള അച്ഛന്റെ മരുമകൻ കൃഷ്ണേട്ടന്റെ വീട്ടിലും സന്ദർശനം നടത്തി.

എറണാകുളത്തെ എന്നത്തേയും സ്നേഹസാമിപ്യമായിരുന്നു ഞങ്ങളുടെ കൃഷ്ണേട്ടൻ. അത്രമാത്രം ചിട്ടയും വൃത്തിയും ജീവിതത്തിൽ പാലിച്ചുവരുന്ന മറ്റൊരു വ്യക്തിയെ കാണാൻ കഴിയില്ല. ചെറുപ്പം മുതൽ തന്നെ വിവിധ കമ്പനികളിൽ അക്കൗണ്ടന്റ് ആയി കുടുംബവുമൊത്ത് എറണാകുളത്ത് താമസിച്ചുവരികയാണ് കൃഷ്ണേട്ടൻ.

ജീവിതത്തിൽ ഒരു മൂളിപ്പാട്ട് പോലും മൂളിയിട്ടില്ലാത്ത കൃഷ്ണേട്ടൻ പക്ഷേ അതിബൃഹത്തായ ഗാനശേഖരത്തിന്റെ ഉടമയാണ്.

വീണ്ടും ഓർത്തു...ഈ നഗരത്തോട് എന്നും ചേർത്തുനിർത്തുന്ന ഒരു

സ്നേഹസാമിപ്യമായി എന്നും കൃഷ്ണേട്ടനുണ്ടായിരുന്നു. ഇന്നും...

ഞങ്ങളുടെ ഇടപ്പള്ളി പോണേക്കരയിലെ താമസം അധികം നീണ്ടു പോയില്ല. ഒരുദിവസം വൈകുന്നേരം ഓഫീസിൽ നിന്നും തിരിച്ചെത്തിയ എന്നെ എതിരേറ്റത് ഒരു കടലാസും കൈയ്യിൽ പിടിച്ച് സുസ്മേരവദന യായി നിൽക്കുന്ന എന്റെ പ്രിയതമയാണ്. പി എസ് സി യിൽ നിന്ന് അധ്യാപികയായി നിയമനം ലഭിച്ചുകൊണ്ടുള്ള ഉത്തരവായിരുന്നു അത്. പിന്നെ സന്തോഷത്തിന്റെ നിമിഷങ്ങളായിരുന്നു.

തൽക്കാലത്തേക്ക് ഞങ്ങൾ എറണാകുളത്തോട് വിടപറഞ്ഞെങ്കി ലും വർഷങ്ങൾക്ക് ശേഷം ഒരു നിയോഗം പോലെ എറണാകുളവുമാ യുള്ള ബന്ധം തുടരേണ്ടി വന്നു. മകന്റെ ജീവിതസഖിയായി എത്തിയത് ഇടപ്പള്ളിയിൽ നിന്നുള്ള പാർവ്വതി അഥവാ മണിക്കുട്ടിയായിരുന്നു.

തുടർന്ന് രണ്ടരവർഷത്തിന് ശേഷം ഒട്ടേറെ സന്തോഷവും സൗഭാ ഗ്യവുമായെത്തിയ കുഞ്ഞു നിർഝര ഞങ്ങളെ എറണാകുളത്തോട് എപ്പോഴും ചേർത്ത് നിർത്തുന്ന സ്നേഹവാത്സല്യമായി. നിർഝരക്ക് നാല് മാസം പ്രായമായപ്പോൾ മണിക്കുട്ടിക്ക് ഇന്ത്യൻ മാരിടൈം യൂണി വേഴ്സിറ്റിയിൽ IMU ഫിനാൻസ് അസിസ്റ്റന്റായി നിയമനം ലഭിച്ചു. അപ്പോൾ കുഞ്ഞുമോളുടെ കാര്യങ്ങൾ ശ്രദ്ധിക്കാനായി ഗിരിജയ്ക്ക് തേവര അപ്പാർട്ടുമെന്റിൽ നിൽക്കേണ്ടി വന്നു. നഗരം ഞങ്ങളെ വിടാതെ ചേർ ത്തുപിടിക്കുകയായിരുന്നുവീണ്ടും.

* * *

ഓർമ്മകൾ വീണ്ടും കൂടണയുന്നത് നൈമിശാരണ്യത്തിൽ തന്നെ യാണല്ലോ. അത് അങ്ങനെ തന്നെയാകാനെ വഴിയുള്ളൂ. കാരണം ഇപ്പോഴും എപ്പോഴും എവിടെ ചെന്നാലും കഴിയുന്നത്ര വേഗം തിരി ച്ചെത്തണമെന്ന് കൊതിക്കുന്ന ഞങ്ങളുടെ സ്വപ്നവീട്. ആഡംബരങ്ങളി ല്ലാത്ത ആർഭാടങ്ങളില്ലാത്ത ഞങ്ങളുടെ കൊച്ചുവീട്. വളരെ കഷ്ടിയാ യിരുന്ന പണവും സമയവും ഊർജ്ജവും നൽകി കെട്ടിപ്പടുത്ത ചെറിയ കിളിക്കൂട്. അക്ഷരാർത്ഥത്തിൽ തന്നെ അധ്വാനത്തിന്റെ വിയർപ്പ് തുള്ളികൾ നിർമ്മാണവേളയിൽ ഇറ്റിവീണ സ്വപ്നഗൃഹം. മനസ്സിനും ശരീരത്തിനും കുളിർമയും പോസിറ്റീവ് എനർജിയും പ്രദാനം ചെയ്യുന്ന സ്വച്ഛസുന്ദരമായ പാർപ്പിടം. ചെറിയ സമ്പത്ത് പോലും വലിയ സമ്പ ന്നതയായി അനുഭവപ്പെടുന്ന നൈമിശാരണ്യത്തിൽ നടന്ന നിരവധി മംഗളകർമങ്ങൾ ഓർമ്മയിലേക്ക് ഓടിവരുന്നു. അവയെല്ലാം ഞങ്ങളുടെ ജീവിതത്തിലെ നിർണായകങ്ങളായ സുപ്രധാന സംഭവങ്ങളായിരുന്നു.

വിശിഷ്ട പൂജകൾക്ക് ശേഷം നടന്ന പാല് കാച്ചൽ ചടങ്ങിന്റെ

അന്നതന്നെയായിരുന്നു ഉദയ് ന്റെ ഉപനയനച്ചടങ്ങുകൾ അരങ്ങേറിയതും.

ബന്ധുമിത്രാദികൾക്കൊപ്പം സുഹൃത്തുക്കൾക്കും വിഭവസമൃദ്ധമായ സദ്യ നൽകാൻ ചെറിയ സൗകര്യങ്ങൾക്കിടയിൽ സാധിച്ചു എന്നത് വലിയ ദൈവാനുഗ്രഹമായി.

പിന്നീട് വർഷങ്ങൾക്ക് ശേഷം മകന്റെ വിവാഹച്ചടങ്ങുകളോടനുബന്ധിച്ചുള്ള കുടിവെപ്പ് നടന്നതും നൈമിശാരണ്യത്തിൽ തന്നെ. പുത്രവധുവായി പാർവ്വതി കയറി വന്ന വീട്. രണ്ടര വർഷത്തിന് ശേഷം കുഞ്ഞു നിർത്ധരക്ക് മൂന്ന് മാസം പ്രായമായപ്പോൾ സന്തുഷ്ടിയുടെ സാമ്രാജ്യവുമായി കൊച്ചിയിൽ നിന്ന് എത്തിയതും അതേ നൈമിശാരണ്യത്തിൽ തന്നെ. ജീവിതത്തിലെ ഭാഗ്യാനുഭവങ്ങളുടെ ഭാഗമായ ഞങ്ങളുടെ സ്വപ്നഗൃഹം.

അവിടെയായിരിക്കുമ്പോൾ മനസ്സിൽ എന്തെന്നില്ലാത്ത ശാന്തതയും സുരക്ഷിതത്വവും അനുഭവപ്പെടാറുണ്ടായിരുന്നു. സ്വന്തം സ്ഥലത്തുള്ള സ്വന്തം വീട് എന്നതായിരിക്കാം കാരണം. എല്ലാറ്റിനും ഉപരിയായി സഹയാത്രികയുടെ സാമീപ്യം അവിടെ ചൈതന്യവും ചലനങ്ങളും സൃഷ്ടിച്ചു. സി.എ പരീക്ഷ എഴുതുമ്പോൾ മകൻ ഉദയ് പറയാറുണ്ട്-റിസൽട്ട് വരുന്ന സമയത്ത് വീട്ടിലെത്തണം, വിജയമാണെങ്കിൽ ആഘോഷിക്കാനും തോൽവിയാണെങ്കിൽ സാന്ത്വനമാകാനും ഇവിടം വേണം. കൂടാതെ മുടക്കം വരുത്താതെ വിഷുവിനും ഓണത്തിനും അവൻ ഓടിയെത്തുന്ന ഇടം. അവിടെയായിരുന്നു ഇപ്പോൾ എങ്കിൽ എന്ന് മനസ്സ് വെറുതെ മോഹിച്ചു.

വേദനക്കൾക്കിടയിൽ പഴയ സുഖാനുഭൂതികൾ ഓർത്തു പോവുകയെന്നുള്ളതാണ് വേദനകളിൽ വെച്ച് വേദനയായിട്ടുള്ളത് എന്നെഴുതിയ പാശ്ചാത്യ ചിന്തകന്റെ പേര് എന്താണാവോ? ഓർമയിൽ വരുന്നില്ല എത്രമാത്രം വാസ്തവമാണത്. ഉറക്കം വരാതിരിക്കുമ്പോൾ ഹെമിംഗ്വേയും വേർഡ്സ് വർത്തും ഷെല്ലിയും കീറ്റ്സും റോബർട്ട് ഫ്രോസ്റ്റും ഏലിയറ്റും ഒക്കെ കൂട്ടുണ്ടാവുന്നത് നല്ലത് തന്നെ. തമാശയായി ഓർത്തു. പത്ത് പതിനെട്ട് വർഷങ്ങളായി ചെയ്ത് വരുന്ന ജോലിയുടെ ഭാഗമായി കഴിഞ്ഞിരിക്കുന്നു. അത്തരം കുസൃതി ചിന്തകൾ.

* * *

കർമവീഥിയിലൂടെ നടന്ന് നടന്ന് ഒടുവിൽ ഞാൻ എത്തിച്ചേർന്ന ക്രിയേറ്റീവ് റൈറ്റിംങ്ങിന്റെ മേഖല എല്ലാം കൊണ്ടും എനിക്കിഷ്ടമായിരുന്നു. മംഗലാപുരത്തും കാസർഗോഡും പിന്നെ കണ്ണൂരും പരസ്യമേഖലയിൽ

ചെലവഴിച്ച വർഷങ്ങൾ. കുറച്ചൊക്കെ ടെൻഷനും ആവർത്തന വിരസതയും മാറ്റിനിർത്തിയാൽ രസകരമായിരുന്നു. ഓർമ്മയിൽ തങ്ങിനിൽക്കുന്ന ഒട്ടേറെ സംഭവങ്ങൾ. പല തരത്തിലുള്ള വ്യക്തികൾ, അനുഭവങ്ങൾ, ജീവിത പാഠങ്ങൾ... അധ്യാപനത്തിൽ നിന്നും മാർക്കറ്റിങ്ങിൽ നിന്നും ലഭിച്ചതിനേക്കാൾ കൂടുതൽ...

ക്രിയേറ്റീവ് റൈറ്ററുടെ, കോപ്പി റൈറ്ററുടെ മുഖ്യ ആയുധം ഭാഷ തന്നെ. ഭാഷയിലെ കഴിവ് എന്നാൽ ഇവിടെ വാചക കസർത്ത് തീരെ പറ്റില്ല. വാക്കുകൾകൊണ്ട് മായാജാലങ്ങൾ നടത്തി വിസ്മയങ്ങൾ

സൃഷ്ടിക്കാമെന്ന എന്റെ ആദ്യ വ്യാമോഹമൊക്കെ പിന്നീട് അന്തരീക്ഷത്തിൽ എങ്ങോ പറന്നുപോയി. ഭാഷ എന്നാൽ സാധാരണക്കാരന്റെ ഭാഷ, അത് ഉപയോഗിക്കുന്ന രീതി എന്നിവയാണ് പ്രധാനം. ആറ്റിക്കുറുക്കി, കാച്ചിക്കുറുക്കി എഴുതിയും അനേകം തവണ മാറ്റിയെഴുതിയും അതിനെ ചിന്തേരിട്ട് മിനുക്കിയും ചെറുതാക്കി ചെറുതാക്കി കൊണ്ടുവരണം. ഭാഷയ്ക്കൊപ്പം കൂട്ടുവരണം ഭാവനയും.

ചെറിയ വാക്കുകൾ. അവ ഹൃദയത്തിലേക്ക് ഒരു സൂചിപോലെ കുത്തിക്കയറാനുള്ള സന്ദേശം ഉൾക്കൊള്ളുന്നതായിരിക്കണം. നർമത്തിന്റെ മേമ്പൊടി ചേർത്താൽ അത്രയും നന്ന്. വ്യത്യസ്ത ഉല്പന്നങ്ങൾക്കായി വ്യത്യസ്ത രീതിയിലുള്ള ക്യാപ്ഷനുകൾ... കോപ്പികൾ...കണ്ടന്റുകൾ. ചിലത് സംതൃപ്തി നൽകും. മറ്റ് ചിലത് നൽകിയ ബാഹ്യസമ്മർദ്ദം സംതൃപ്തിയിലേക്കുള്ള വാതിൽ കൊട്ടിയടക്കും. അതല്ലെങ്കിലും അങ്ങനെയാണല്ലോ. എത്രയോ വാശികളുടെയും രസങ്ങളുടെയും കഥക്കൂട്ടാണ് കോപ്പിറൈറ്റിംങ്ങ്.

പണം മുടക്കുന്നതിനാൽ പരസ്യത്തിലെ ഓരോ കുത്തും കോമയും ഡിസൈനും തന്റെ ഇഷ്ടപ്രകാരമായിരിക്കണം എന്ന് ശഠിക്കുന്ന ക്ലയന്റ്സുണ്ട്. പൂർണ്ണ സ്വാതന്ത്ര്യം തരുന്നവരുമുണ്ട്. പിന്നെ എന്ത് തന്നെ ചെയ്തു കൊടുത്താലും പൂർണ്ണത കൈവരിച്ചില്ല എന്ന സ്ഥിരം പല്ലവി പാടുന്നവരുമുണ്ട്. ചിലപ്പോൾ അമർഷം തോന്നുമെങ്കിലും പിന്നീട് ഓർത്ത് ചിരിക്കാൻ വകനൽകു ന്നവയാണ് മിക്ക സംഭവങ്ങളും.

ഇംഗ്ലീഷ് മീഡിയം എട്ടാം ക്ലാസ്സിൽ പഠിക്കുന്ന മകൻ മാറ്ററിലെ ഒരു വാക്കിന്റെ അർത്ഥം മനസ്സിലായില്ല എന്നത് കൊണ്ട് അത് മാറ്റാൻ വാശി പിടിച്ചവരുണ്ട്. ചിലർക്ക് അവർ പറഞ്ഞുതരുന്നത് തന്നെ, ഒട്ടും അനുയോജ്യമല്ലെങ്കിൽ കൂടി ചേർക്കണമെന്ന വാശി.

ഒരു ക്ലയന്റ് ക്രിയേറ്റീവ് റൂമിൽ നിന്നും പോകുമ്പോൾ പറഞ്ഞു-"കോപ്പി വേണ്ട കേട്ടോ"ഞങ്ങൾ ആശയക്കുഴപ്പത്തിലായി. "കോപ്പി ഇല്ലാതെ എങ്ങനെയാണ്...?"ഞങ്ങൾ ചോദിച്ചു. അയാൾ പറഞ്ഞു- "കോപ്പിയടി വേണ്ട എന്നാണ് പറഞ്ഞത്"കുറെ ദിവസം അത് ചിരിക്കുള്ള വക നൽകി.

മിക്ക ദിവസങ്ങളിലും കാണും പുതിയ ഉല്പന്നങ്ങൾ അവയ്ക്ക് വേണ്ടി പുതിയ പരസ്യങ്ങൾ... പുതിയ ആശയങ്ങൾ. വിരസതയില്ലാത്ത ജോലിയാണ് എനിക്ക് നിയോഗമായി ലഭിച്ചത് എന്നതിൽ ആദ്യമൊക്കെ സംതൃപ്തി തോന്നിയിരുന്നു. ക്രമേണ ആവർത്തന വിരസത അലോസരം സൃഷ്ടിക്കുന്നതായി എനിക്ക് തോന്നിത്തുടങ്ങി. അത് ഈ

മേഖലയിലെ ഒട്ടുമിക്ക പേരുടെയും പ്രശ്നമാണെന്ന് ഞാൻ മനസ്സിലാക്കി.

വിരസതയകറ്റാൻ ക്രിയേറ്റീവ് റൂമിൽ ഞങ്ങൾ തമാശകൾ പൊട്ടിച്ചു. പലർക്കും വട്ടപ്പേരുകൾ ചാർത്തി രസിച്ചു. അതും കോപ്പി റൈറ്റിങ്ങിന്റെ ഭാഗമാണെന്ന് വൈകിയാണ് എനിക്ക് മനസ്സിലായത്.

ശരീരത്തിൽ മുഴുവൻ ക്രമത്തിലധികം രോമങ്ങളുള്ള ഒരാളെ ഞങ്ങൾ രോമേശനാക്കി. ഇവന്റ് മാനേജ്മെന്റ് എക്സിക്യൂട്ടീവിന് സംഭവൻ എന്ന് പേരിട്ടു. ബഡായി മാത്രം പറയുന്ന തടിയൻ ഡ്രൈവർക്ക് ആദ്യം BC (ബഡായി ചന്തു) എന്ന വട്ടപ്പേരാണ് നൽകിയിരുന്നതെങ്കിലും അയാളുടെ ബഡായി കൂടി കൂടി വന്നപ്പോൾ BBC (ബലിയ ബഡായി ചന്തു) എന്നാക്കി. അപ്പുറത്തെ അക്കൗണ്ട് സെക്ഷനിൽ നിന്നും പലപ്പോഴും ശാസനയുമായി എത്തുന്ന എണ്ണക്കടിയുടെ ആരാധികയായ സഹപ്രവർത്തകയ്ക്ക് ഞങ്ങൾ കർണ്ണം മല്ലേശ്വരി എന്ന് പേരിട്ടു. അങ്ങനെ ക്രിയേറ്റീവ് റൂമിലെ നാമകരണങ്ങൾ ഇനിയും എത്രയോ...

സമർത്ഥമായ നുണപറച്ചിലിന്റെ ലോകമാണത്. അസത്യങ്ങളുടെയും അർധസത്യങ്ങളുടെയും ലോകം. ആർക്കും ഉപദ്രവമില്ലാത്ത നിർദോഷമായ നുണകളുടെയും ഫലിതങ്ങളുടെയും ലോകം. പക്ഷേ അവ പറഞ്ഞ് ഫലിപ്പിക്കാനുള്ള മിടുക്ക് വേണം. കഴിവുകൾ വേണം. മുടിയില്ലാത്തവന് ഹെയർ ഡ്രയർ വിൽക്കണം. കാലില്ലാത്തവന് ഷൂസ് വിൽക്കണം, കണ്ണില്ലാത്തവന് കണ്ണാടി വിൽക്കണം.. അതാണ് പരസ്യതന്ത്രം. ഉൽപ്പന്നങ്ങളുമായി ഒരു ബന്ധവുമില്ലാത്ത വിഷയങ്ങളെ അതുമായി ബന്ധിപ്പിക്കണം. കല്ലുവെച്ച നുണകൾ പൊടിപ്പും തൊങ്ങലും വെച്ച് എഴുതിപ്പിടിപ്പിക്കണം.

അപ്പോൾ പത്രപ്രവർത്തനത്തിലെ ആദ്യപാഠം ഓർമ്മവന്നു. "സത്യം മാത്രമേ എഴുതാവൂ! പക്ഷേ എഴുതുന്നതെല്ലാം സത്യമായിക്കൊള്ളണമെന്നില്ല" ഈ മുടന്തൻ ന്യായം പരസ്യമെഴുത്തിൽ ബാധകമാണെന്ന് പറഞ്ഞ് ഞാൻ കണ്ണടച്ച് ഇരുട്ടാക്കാൻ ശ്രമിച്ചു. തെറ്റുകൾ ന്യായീകരിക്കാനുള്ള വിഫലശ്രമം. എന്തൊരു വിഡ്ഢിത്തരമാണെന്ന് ഓർത്ത് ചിരിവന്നപ്പോഴാണ് മറ്റൊരു വിചാരം പെട്ടെന്ന് മനസ്സിലേക്ക് കടന്ന് വന്ന് എന്നിൽ നടുക്കം സൃഷ്ടിച്ചത്. നട്ടാൽ മുളക്കാത്ത നുണകൾ എഴുതിയെഴുതിയാണ് നിന്റെ വലംകൈ തകർന്ന പോയത് എന്ന് ഉള്ളിലിരുന്നാരോ പറഞ്ഞു. ചെയ്ത പാപത്തിന് കിട്ടിയ ശിക്ഷ. അതെന്റെ ജോലിയുടെ ഭാഗമായിരുന്നല്ലോ എന്ന് കരുതി ഞാൻ സ്വയം ആശ്വസിക്കാൻ ശ്രമിച്ചു.

ഇടക്കൊക്കെ ചാടി വന്ന് ആശയങ്ങൾക്ക് മതിൽ കെട്ടുന്ന ക്രിയേറ്റീവ് ബ്ലോക്ക് ആണ് മറ്റൊരു ഭീഷണി. അത് മറികടക്കാൻ ചിലർ നല്ല സംഗീതം ശ്രവിക്കും. മറ്റു ചിലർ വേറെ ചില പൊടിക്കൈകൾ സ്വീകരിക്കും.

ക്രിയേറ്റീവ് ബ്ലോക്ക് അനുഭവപ്പെട്ടാൽ ഞാൻ ഉടനെ ഓഫീസിൽ നിന്ന് ഇറങ്ങി സിറ്റി സെന്ററിലേക്ക് നടക്കും. അവിടത്തെ കാറ്റൊഴുകുന്ന വഴിയിലൂടെ നടന്ന് ഫസ്റ്റ് ഫ്ളോറിലുള്ള വാഷ് റൂമിൽ കയറി മുഖമൊക്കെ കഴുകി ഫ്രഷായി താഴത്തെ റസ്റ്റോറന്റിൽ നിന്നും ഒരു ലൈം ടീയും പരിപ്പ് വടയും കഴിക്കുമ്പോഴേക്കും എന്റെ ക്രിയേറ്റീവ് ബ്ലോക്കൊക്കെ പമ്പ കടന്നിരിക്കും. തിരിച്ച് വരുമ്പോൾ രണ്ട് മൂന്ന് പറ്റിയ ക്യാപ്ഷനുകൾ മനസ്സിൽ തെളിയും. ഉടനെ പോയിരുന്ന് അത് കടലാസിലേക്ക് കുടഞ്ഞിടുകയേ വേണ്ടൂ.

അപ്പോൾ എന്തോ ഹെമിങ്ങ് വേയുടെ “കിഴവനും കടലും”ഓർമയിലെത്തി. അതിലെ അവസാന വരിക്ക് എന്ത് ഭംഗിയാണ്! He was dreaming about the Lions.. അതിലെ നായകൻ ഉറങ്ങുകയാണ്. സിംഹങ്ങളെ പറ്റി സ്വപ്നം കണ്ടുകൊണ്ട്. സിംഹങ്ങളെ ഒന്നും സ്വപ്നം കണ്ടില്ലെങ്കിലും എനിക്കും ഒന്നുറങ്ങാൻ കഴിഞ്ഞെങ്കിൽ എന്ന് ഞാൻ കലശലായി ആശിച്ചു.

* * *

സിസ്റ്റർ പതിയെ വിളിച്ചപ്പോഴാണ് ഉണർന്നത്. ചിന്തകൾ കടിഞ്ഞാണില്ലാത്ത കുതിരയെ പോലെ പായുകയായിരുന്നല്ലോ. ഓടി ഓടി തളർന്നപ്പോൾ ശാന്തമായി കിടന്നുറങ്ങിക്കാണും.

“പല്ല് തേച്ച് കാപ്പി കുടിക്കാം. ബ്രഷും പേസ്റ്റും എടുക്കട്ടെ. മെല്ലെ എഴുന്നേറ്റോളൂ” സിസ്റ്റർ പറഞ്ഞു.

എഴുന്നേൽക്കാൻ വേണ്ട സൗകര്യങ്ങൾ ചെയ്തു തന്നു. വലംകൈ ഒരു സ്ലിംഗിൽ ഇട്ടുതന്നു. ഒട്ടും വിഷമിപ്പിക്കാതെ. ചെറിയ വേദനയുണ്ട്. എങ്കിലും ഇന്നലത്തെ വേദനയെപ്പറ്റി ഓർക്കുമ്പോൾ ഇതൊക്കെ എത്ര നിസ്സാരം. ഇനി ഏത് വലിയ വേദനയും സഹിക്കാൻ കഴിയുമെന്ന് മനസ്സ് മന്ത്രിച്ചു.

“ഇടത് കൈകൊണ്ട് പല്ല് തേക്കാൻ പറ്റുമോ?ഞാൻ സഹായിക്കണോ?” സിസ്റ്റർ ചോദിച്ചു. വേണ്ടെന്ന് പറഞ്ഞ് ഞാൻ മെല്ലെ ഹാളിന്റെ ഒരറ്റത്തുള്ള വാഷ് റൂമിലേക്ക് നടന്നു.

ഇടത് കൈ കൊണ്ട് പല്ലു തേച്ചും ഷേവ് ചെയ്തും ഭക്ഷണം കഴിച്ചും

മുമ്പും പരിചയമുണ്ട്. കാസർഗോഡ് ജോലി ചെയ്യുമ്പോൾ കൂടെയുള്ള കൂട്ടുകാരന്റെ ബാത്ത് റൂമിൽ വഴുതി വീണ് ചെറിയ ഒരു ഫ്രാക്ചർ പത്ത് പതിനെട്ട് വർഷങ്ങൾക്ക് മുമ്പ് വലത് കൈക്ക് പറ്റിയിരുന്നു. ഒരുമാസത്തോളം ബാൻഡേജിലായിരുന്നു. ആ ധൈര്യം ഉള്ളിലുണ്ട്. പ്രയാസമൊന്നുമില്ലാതെ പല്ല് തേച്ച് വന്ന് സിസ്റ്റർ തന്ന കാപ്പി കുടിച്ചു. സമയം എട്ട് മണിയോടടുക്കുന്നു.

കുറച്ച് കഴിഞ്ഞ് ഉദയ് വന്നു. പിന്നീട് ഗിരിജയും വന്നു. അവൾ തലേദിവസം രാത്രി മുഴുവൻ യൂണിറ്റിന് വെളിയിൽ ഉറങ്ങാതെ കരഞ്ഞുകൊണ്ട് ഇരിക്കുകയായിരുന്നു. വളരെ അടുപ്പമുള്ള പലരും തൊട്ടരികെയുള്ള രോഗികൾ ക്കൊപ്പം വന്ന അപരിചിതരും ഒട്ടേറെ ആശ്വസിപ്പിക്കാൻ ശ്രമിച്ചെങ്കിലും അതെല്ലാം വിഫലമായി എന്ന് പിന്നീടറിഞ്ഞു. കൈ അതിന്റെ സ്ഥാനത്ത് നിശ്ചലാവ സ്ഥയിലെങ്കിലും ഉണ്ടല്ലോ എന്ന് ആശ്വാസത്തിലാണിപ്പോൾ അവൾ .

പിന്നീട് മരുമകൻ ഡോ.ശ്രീഹരിയെയും കൂട്ടി ഡോ.ബോബി ജേക്കബ് വന്നു. അവരും നിമിഷങ്ങൾക്കകം തിരിച്ചുപോയി.

ആർക്കും ഇഷ്ടം പോലെ കടന്നു വരാനും സംസാരിക്കാനും പ്രീ ഓപ്പ റേഷൻ യൂണിറ്റിൽ അനുവാദമില്ല. പച്ചനിറത്തിലുള്ള ഗൗൺ ധരിച്ചാണ് എല്ലാവരും കാണാൻ വന്നത്.

അല്പ സമയം പിന്നിട്ടപ്പോൾ ഡോ.ബോബി വീണ്ടും വന്നു. കാര്യങ്ങൾ ഒരു തവണ കൂടി പറഞ്ഞു മനസ്സിലാക്കി തന്നു. ഇന്നലെ പറഞ്ഞ കാര്യ ങ്ങൾ ഒന്നുകൂടി ആവർത്തിച്ചു എന്ന് മാത്രം.

തോളിലെ ഫ്രാക്ചറിന് ഒരു ചെറിയ സർജറി കൂടി ചെയ്യാനുണ്ടെ ന്നും അത് ഉച്ചക്ക് ശേഷം മൂന്നുമണിയോടെ ചെയ്യാമെന്നും ഡോക്ടർ പറഞ്ഞു. അത് കഴിഞ്ഞ് നല്ല ഭക്ഷണമൊക്കെ കഴിച്ച് നല്ലപോലെ വിശ്രമിക്കാൻ ഡോക്ടർ ഉപദേശിച്ചു. ഫിസിയോതെറാപ്പിയിലൂടെയും വ്യായാമത്തിലൂടെയും കൈ കുറെയൊക്കെ മെച്ചപ്പെടുത്തിയെടുക്കാമെ ന്നും ധൈര്യമായിരിക്കാനും ഒന്നുകൂടി ഓർമ്മിപ്പിച്ച് നടന്നകന്നു, ബീപ് ശബ്ദമുണ്ടാക്കിക്കൊണ്ടിരിക്കുന്ന മോണിറ്ററിംഗ് മെഷീനും ഡ്രിപ്പും കൈയ്യിൽ കൃത്യമായി മർദ്ദം ഏല്പിച്ചുകൊണ്ടിരിക്കുന്ന ബെൽറ്റുമൊക്കെ അവരുടെ ധർമ്മങ്ങൾ കൃത്യമായി നിർവ്വഹിച്ചുകൊണ്ട് കൂട്ടിനുണ്ട്. അധികം മരുന്നുകളൊന്നുമില്ല. വല്ലപ്പോഴും ഒരു പെയിൻ കില്ലർ മാത്രം. അത്രയും ആശ്വാസം.

രാത്രി ഉറക്കം വളരെ കുറവായതിനാലാവാം ഇടക്കിടക്ക് ചെറിയ ചെറിയ മയക്കങ്ങൾ ലഭിച്ചു. അല്ലാത്തപ്പോൾ ചുറ്റുപാടും നോക്കിക്കൊണ്ട്

വെറുതെ കിടന്നു. അന്തരീക്ഷം രാത്രിയിലേതിൽ നിന്നും വ്യത്യസ്തമായി ചലനാത്മകമാണ്. ഡോക്ടർമാരും സിസ്റ്റർമാരും മറ്റ് സ്റ്റാഫും അങ്ങോട്ടുമിങ്ങോട്ടും ധൃതിയിൽ നടന്ന് അവരുടേതായ പ്രവർത്തനങ്ങളിൽ വ്യാപൃതരാണ്.

ഭക്ഷണമൊന്നും വേണമെന്ന് തോന്നുന്നില്ല. കൊണ്ടുവന്ന ഇഡ്ഡലിയും ചായയും മടക്കി അയച്ചു. ഒരുതരത്തിൽ നല്ലതാണ് അതെന്ന് സിസ്റ്റർ പറഞ്ഞു. ഉച്ചയ്ക്ക് ശേഷം സർജറി ഉള്ളതിനാൽ ഒന്നും കഴിക്കാതിരിക്കുന്നതാണ് നല്ലത്.

സമയം മൂന്ന് മണിയോടടുത്തപ്പോൾ തന്നെ ഓപ്പറേഷൻ തിയേറ്ററിലേക്ക് കൊണ്ടുപോകാനുള്ള ഒരുക്കങ്ങൾ തുടങ്ങി. മൂന്നര മണിയോടെ രണ്ടാമത്തെ സർജറിക്കായി ഓപ്പറേഷൻ തിയേറ്ററിലേക്ക്.

സ്ട്രക്ചറിൽ തിയേറ്ററിലേക്ക് നീങ്ങുമ്പോൾ ഗിരിജയേയും ഉദയ്നേയും ഒരു നോക്ക് കണ്ടു. മാസ്ക്കും മറ്റും വെച്ചിട്ടുള്ളതിനാൽ എനിക്ക് ഒന്നും സംസാരിക്കാനായില്ല. കണ്ണുകൾ കൊണ്ടുള്ള വാചാലമായ ആശയവിനിമയം മാത്രം നടത്തി തിയേറ്ററിലേക്ക് കടന്നു. പതിവ് ചോദ്യങ്ങളും ഉത്തരങ്ങളും വിവിധ ഫോമുകളിൽ പതിക്കുന്ന ചുണ്ടൊപ്പുകൾ. പിന്നെ അബോധാവസ്ഥയുടെ അത്യഗാധമായ കാണാക്കയങ്ങളിലേക്ക് മെല്ലെ മെല്ലെ താഴ്ന്നിറങ്ങി.

* * *

ഉണർന്നപ്പോൾ ഓപ്പറേഷൻ തിയേറ്ററിൽ നിന്നുള്ള മടക്കയാത്രയിലാണ്.

തോളിലെ ഫ്രാക്ചർ ശരിയാക്കാനുള്ള സർജറി കഴിഞ്ഞു. "എല്ലാം ഓകെ ആണ്. ഒന്നും പേടിക്കാനില്ല. റൂമിൽ ചെന്ന് റസ്റ്റെടുക്കൂ." പിന്നിൽ നിന്നും ശസ്ത്രക്രിയ ചെയ്ത ഡോക്ടർ ഉറക്കെപ്പറഞ്ഞു. ശബ്ദത്തിൽ നിന്നും ഡോ. ബോബി ജേക്കബ്ബായിരിക്കും എന്ന് ഞാൻ ഊഹിച്ചു.

"താങ്ക്യു ഡോക്ടർ" എന്ന് മെല്ലെ മന്ത്രിച്ചത് സ്ട്രെക്ച്ചറിന്റെ ഉരുളൽ ശബ്ദത്തിൽ അമർന്നു പോയി.

പ്രീ ഓപ്പറേഷൻ യൂണിറ്റിൽ തന്നെ തിരികെയെത്തി. സിസ്റ്റർ തന്ന കഞ്ഞി കുറച്ച് കഴിച്ചു. റൂം തയ്യാറാകുന്നുണ്ടെന്നും അല്പസമയത്തിനകം പോകാമെന്നും സിസ്റ്റർ പറഞ്ഞു.

അല്പസമയം കഴിഞ്ഞപ്പോൾ വീൽചെയർ എത്തി. വീൽ ചെയറിൽ ഇരുന്ന് ലിഫ്റ്റിലൂടെ ഏഴാംനിലയിൽ എച്ച് ബ്ലോക്കിൽ എനിക്കായ് അനുവദിക്കപ്പെട്ട റൂമിലേക്ക്.

ഗിരിജയും ഒപ്പമുണ്ടായിരുന്നു. വീൽചെയറിൽ റൂമിലേക്കുള്ള യാത്ര യാരംഭിക്കുന്നതിന് മുമ്പ് വലംകൈ എക്സ്റേ എടുത്തിരുന്നു. അപ്പോൾ കൈകുലുക്കിയിടുമ്പോൾ വേദനയോ വിഷമമോ തോന്നിയില്ല.

റൂമിലെത്തി വീൽ ചെയറിൽ നിന്നും കട്ടിലിലേക്ക് സ്ഥാനചലനം.

സിസ്റ്റർ വന്ന് വലംകൈക്ക് വീതിയുള്ള സുഖപ്രദമായ ബ്രോഡ് ആംസ്ലിങ്ങിന്റെ സംരക്ഷണ കവചം കെട്ടിത്തന്നു. ഇനി മാസങ്ങളോളം ആംസ്ലിംഗിന്റെ സുരക്ഷയിൽ വിശ്രമിക്കാനായിരിക്കാം അതിന്റെ വിധി.

റൂമിലെത്തിയപ്പോൾ കുറച്ച് ആശ്വാസം തോന്നി. കൈക്ക് വലിയ വേദനയോ അസ്വസ്ഥതകളോ തോന്നുന്നില്ല. പക്ഷേ നല്ല ഭാരം തോന്നു ന്നുണ്ട് വലംകൈക്കിപ്പോൾ.

റൗണ്ട്സിന് വന്നപ്പോൾ ഡോ.ബോബി ജേക്കബ്ബ് പറഞ്ഞു, "അത് മസിൽസ് വർക്ക് ചെയ്യാത്തതിനാലാണ്. ക്രമേണ ഫിസിയോതെറാപ്പിയും എക്സർസൈസും ഒക്കെ ചെയ്ത് ശരിയാക്കിയെടുക്കേണ്ടി വരും. മൂന്നുനാല് മാസങ്ങളെങ്കിലും കൈ ആം സ്ലിങ്ങിൽ തന്നെ ഇടേണ്ടി വരും.

റൗണ്ട്സിന് വന്ന ഡോക്ടർമാരുടെ സംഘത്തിൽ മിനിയാന്ന് എന്റെ കൈക്കുഴ പിടിച്ചിടാൻ ബലപ്രയോഗം നടത്തിയ പയ്യൻ ഓർത്തോ ഡോക്ടറും ഉണ്ടായിരുന്നു. മനുഷ്യപ്പറ്റില്ലാത്തവൻ. ഒരുപക്ഷേ എന്റെ കൈ കഠിനമായി പിടിച്ച് വലിച്ച് നർവ്സ് എല്ലാം സ്ലച്ചാക്കിയത് ഈ പരമദ്രോഹി ആയിരിക്കുമോ? ആർക്കറിയാം. ആരെങ്കിലും അതിനി സമ്മതിക്കുമോ? എന്നിട്ടിപ്പോൾ ഒന്നുമറിയാത്ത പോലെ നിൽക്കുന്നു.! എനിക്കവനോട് എന്തെന്നില്ലാത്ത അരിശം തോന്നി. കൈ നേരെ യുണ്ടായിരുന്നെങ്കിൽ അവനെ ഞാൻ... അവർ റൗണ്ട്സ് കഴിഞ്ഞ് പോകുന്നത് വരെ ഞാൻ ദേഷ്യം സ്വയം കടിച്ചമർത്തി

"ദേഷ്യവും സങ്കടവും ഒക്കെ ഒരുമിച്ച് വരുന്നുണ്ടല്ലോ"?ഇന്നലെ രാത്രി മുഴുവൻ ഞാൻ അനുഭവിച്ച..." ഗിരിജ പറഞ്ഞു. അവളുടെ കണ്ണുകൾ നിറഞ്ഞ് തുളുമ്പി. അവ കവിളിലൂടെ മെല്ലെ മെല്ലെ താഴോട്ട് ഒഴുകിപ്പടർന്നു.

നിശ്ചലമായ വലംകൈയും ഡ്രിപ്പുകൾ ഏറ്റുവാങ്ങുന്ന ഇടംകൈയ്യുമായി ഞാൻ അതൊന്ന് തുടച്ചുകൊടുക്കാനാകാതെ, ഒന്ന് ചേർത്ത് പിടിക്കാൻ പോലും കഴിയാതെ... നിസ്സഹായനായി...

ഇടംകൈ വലംകൈയോട് പറഞ്ഞത്

മെഡിക്കൽ ട്രസ്റ്റ് ഹോസ്പിറ്റൽ, എറണാകുളം. ഏഴാം നില H Block

ഇന്നലത്തെ സർജറിയുടെ മുറിവിൽ ചെറിയ വേദന വിങ്ങുന്നുണ്ട്. ആംസ്ലിംഗിനുള്ളിൽ വലംകൈ വേദന സഹിച്ച കിടന്നു. ചിലപ്പോഴൊക്കെ ഒരു തരം കത്തുന്ന തരത്തിലുള്ള വേദനയാണ് തോന്നുന്നത് a sort of burning pain. വലംകൈക്കുള്ളിൽ എന്തോ ഒഴുകിപ്പോകുന്നത് പോലെ. രക്ത പ്രവാഹം വർധിക്കുകയാണോ? ചിന്തിച്ചപ്പോൾ ചിരിയാണ് വന്നത് വേദനകൾക്കിടയിലും.

ഇടം കൈക്ക് കുറച്ച് സമയമായി സ്വാതന്ത്ര്യം ലഭിച്ചിരിക്കുകയാണ് തുടർച്ചയായി മർദ്ദം ഏല്പിക്കുന്ന ബാൻഡേജിൽ നിന്നും, ഡ്രിപ്പിൽ നിന്നും ഒക്കെയുള്ള മോചനം. ഇടംകൈയെങ്കിലും കുഴപ്പമില്ലാതെ ഉണ്ടല്ലോ എന്ന് ഞാൻ ആശ്വസിച്ചു. ഇപ്പോൾ ഞാൻ ഒരു ഇടംകൈയ്യനായിരിക്കുകയാണല്ലോ എന്നോർത്തു.

ബൈസ്റ്റാൻഡർക്കുള്ള ചെറിയ കട്ടിലിൽ ഗിരിജ ഉറക്കത്തിലാണ്. ടെൻഷനും തലേന്ന് ഉറങ്ങാത്തതിന്റെ നല്ല ക്ഷീണവും കാണും. പാവം സുഖമായി ഉറങ്ങട്ടെ, രാത്രി ഏറെയായിക്കാണും.

കൺപോളകൾ കനം തൂങ്ങി അടഞ്ഞു പോകാൻ തുടങ്ങുന്നത്

പോലെ തോന്നി. വേദനയ്ക്കൊപ്പം ക്ഷീണവുമുണ്ട്. എല്ലാം മറന്നൊന്ന് മയങ്ങാൻ കഴിഞ്ഞെങ്കിൽ എന്ന് ആഗ്രഹിച്ചു.

* * *

ഇടംകൈ മെല്ലെ വന്ന് വലംകൈയിലെ വിരലുകളെ സ്പർശിക്കുന്നതായും അവയെ മെല്ലെ തലോടുന്നതായും കണ്ടു. വിരലുകളെ തൊട്ടതോ,തടവിയതോ, വലംകൈ അറിഞ്ഞില്ല. കാരണം അതിന്റെ സെൻസേഷൻ നഷ്ടപ്പെട്ടിരുന്നു. അപ്പോൾ ഇടംകൈ വലംകൈയോട് മെല്ലെ പറയുന്നത് കേട്ടു...

"അപ്പോൾ നിന്നോട് ഒന്നും ചോദിക്കാൻ എനിക്ക് തോന്നിയില്ല. അതിന്റെ കാര്യവും ഉണ്ടായിരുന്നില്ല. ഒടിഞ്ഞുതൂങ്ങികിടന്ന നിന്നെ ഞാൻ കഴിയുന്നത്ര താങ്ങിപ്പിടിച്ച നിനക്ക് അപ്പോൾ നീളക്കൂടുതൽ ഉണ്ടായിരുന്നു. ചുമലിൽ നിന്നും കുഴതെറ്റി തൂങ്ങികിടക്കുകയായിരുന്നു നീ.

നിന്റെ കടുത്ത വേദന എനിക്കപ്പോൾ ഊഹിക്കാൻ പറ്റുമായിരുന്നു. ഓട്ടോയിൽ മെഡിക്കൽ ട്രസ്റ്റിലേക്കുള്ള യാത്രയിൽ ചെറിയ കുണ്ടിലും കുഴിയിലും വണ്ടി വീഴുമ്പോൾ പോലും നീ അസഹ്യമായ വേദന കൊണ്ട് പുളഞ്ഞു.

മെഡിക്കൽ ട്രസ്റ്റിന്റെ കാഷ്വാലിറ്റിയിൽ എത്തിയപ്പോൾ നിന്റെ ചലനാവസ്ഥ മെഡിക്കൽ റിപ്പോർട്ട് പ്രകാരം പൂജ്യമായിരുന്നു. ബ്ലഡ്സർക്കുലേഷനും പൾസും ഒന്നും തന്നെ നിനക്കപ്പോൾ ഉണ്ടായിരുന്നില്ല. അതായത് ഏതാണ്ട് ജിവനില്ലാത്ത അവസ്ഥ.

വിവിധ പൊസിഷനുകളിൽ എക്സറേ എടുത്തപ്പോഴും ആ പയ്യൻ ഡോക്ടർ നിന്നെ പിടിച്ചുവലിച്ച് കുഴ തെറ്റിയത് നേരെയാക്കാൻ നോക്കിയപ്പോഴും നിന്റെ വേദനയുടെ ആഴം ഞാൻ ശരിക്കും മനസ്സിലാക്കി.

ദൈവമേ! നീ എന്ത് മാത്രം വേദനയാണ് അപ്പോൾ അനുഭവിച്ചത്!

ക്രിയേറ്റീവ് റൂമിൽ എഴുത്തിൽ പലപ്പോഴും വേഗതയുടെ മിന്നൽപ്പിണരുകൾ സൃഷ്ടിച്ച നീ വേദനയുടെ മിന്നൽ പിണരുകളിൽ കത്തി ജ്വലിച്ചത് എനിക്ക് താങ്ങാവുന്നതിലും അപ്പുറമായിരുന്നു.

അപ്പോൾ തന്നെ നടത്തിയ അടിയന്തര ശസ്ത്രക്രിയയിലൂടെയാണ് നിനക്ക് ജീവൻ തിരിച്ചു കിട്ടിയത്. കുറച്ചുകൂടി വൈകിയിരുന്നെങ്കിൽ ജീവൻ നഷ്ടപ്പെട്ട നിന്നെ അവർ മുറിച്ചു മാറ്റുമായിരുന്നു. അയ്യോ! നീ കൂടെയില്ലാത്ത ഒരു ജീവിതം? എനിക്കത് ഓർക്കാൻ കൂടി വയ്യ.

പിന്നീട് സർജറിക്ക് ശേഷം ഐ സി യു വിൽ ഒബ്സർവേഷന്

കിടത്തിയപ്പോൾ നിന്നെ ഒന്ന് തൊട്ടുനോക്കാൻ പോലും എനിക്ക് കഴിയുമായിരുന്നില്ല.

വലിഞ്ഞു മുറുക്കിയ വീതിയേറിയ ഒരു സ്ട്രാപ്പും ഡ്രിപ്പിന്റെ നീഡിലും വിരലിൽ ഒരു ക്ലിപ്പും ഒക്കെയായി ഒന്ന് അനങ്ങാൻ പോലും പറ്റാത്ത സ്ഥിതിയിലായിരുന്നു ഞാൻ. പോരാത്തതിന് ഇടക്കിടെ സിസ്റ്റർമാർ വന്ന് തരുന്ന ഇൻജക്ഷനുകളുടെ വേദനയും നിനക്ക് വേണ്ടി എല്ലാം സഹിച്ച് ഞാൻ അനങ്ങാതെ കിടന്നു.

ഡോക്ടർമാരും സ്റ്റുഡന്റ്സും ഒക്കെ ഇടക്കിടെ ഗ്രൂപ്പായി വന്ന് നിന്നെ ശല്യം ചെയ്യുന്നതൊക്കെ ഞാൻ അറിയുന്നുണ്ടായിരുന്നു. അനങ്ങാൻ കഴിയാതെ കിടക്കുന്ന നിന്നോട് അവർ അവിടെ അനക്കു, ഇവിടെ പൊന്തിക്കു എന്നൊക്കെ പറഞ്ഞ് നിന്നെ ഉപദ്രവിച്ചുകൊണ്ടിരുന്നു. ട്രീറ്റ്മെന്റിന്റെ ഭാഗമായിട്ടാണെങ്കിലും നിനക്കതൊക്കെ വലിയ ശല്യമായി തോന്നുന്നുണ്ടെന്ന് എനിക്കറിയാമായിരുന്നു. എല്ലാം സഹിക്കാൻ വിധിക്കപ്പെട്ട നാളുകൾ ഇനിയുമെത്ര?

ചീഫ് ഓർത്തോസർജൻ ഡോ. ബോബി ജേക്കബ്ബ് മാസങ്ങളോളം നീണ്ടു നിന്നേക്കാവുന്ന നിന്റെ നിശ്ചലാവസ്ഥയെക്കുറിച്ച് സൂചിപ്പിച്ചപ്പോൾ നിന്നിലുണ്ടായ നടുക്കം എന്നിലേക്കും പടർന്നു.

ഇത് വരെ നിന്റെ കൂടെ നിന്ന് എപ്പോഴും എന്തിനും സഹകരിച്ച് സഹായിച്ച അനുഭവം അല്ലെങ്കിൽ ശീലം മാത്രമേ എനിക്കുള്ളൂ. അങ്ങനെയുള്ള നീ ഇല്ലാതെ ഇനി ഞാൻ ഒറ്റയ്ക്ക് എല്ലാം... നീ ഇല്ലാതെ ഇനി ഞാൻ തനിച്ച്... അങ്ങനെയൊന്നുമാവില്ല എന്ന് കരുതി ആശ്വസിപ്പിക്കാൻ മാത്രമേ എനിക്ക് കഴിയൂ.

എന്നെപ്പോലെ ഉരുകുന്ന മനസ്സുമായി ഒരാൾ തൊട്ടപ്പുറത്ത്... ഒരു ചുമരിനപ്പുറം... ഇരിപ്പുണ്ടായിരുന്നു. അടുത്തിരിക്കാനാവാതെ... ഒന്ന് നിന്നെ തലോടി ആശ്വസിപ്പിക്കാനാവാതെ... അതെ നിന്റെ വിവരമൊന്നുമറിയാതെ...

അതെ! നീയാണ് സഹയാത്രികയായി നിന്റെ ജീവിതത്തിലേക്ക് അവളുടെ വലംകൈ പിടിച്ച് ആനയിച്ചത്. നിന്റെ ഓർമയിൽ തെളിയുന്നില്ലേ ആ ദിവസം? ഹോമകുണ്ഡത്തിലെ അഗ്നി സാക്ഷിയാക്കി നീ വരിച്ചവൾ...

സഹധർമചാരിണി...

അപ്പോൾ ഐ സി യു വിന് പുറത്ത് അവൾ തനിച്ചായിരുന്നു. ആൾക്കൂട്ടത്തിൽ തനിയെ... ആരിൽ നിന്നുള്ള ആശ്വാസവാക്കുകളിലും ആശ്വാസം കണ്ടെത്താനാവാതെ...

ഇടയ്ക്ക് എപ്പോഴോ ഒരു പച്ച ഗൗൺ ധരിച്ച് ഒരു മിന്നായം പോലെ അവൾ വന്നു പോയപ്പോൾ ഒന്ന് നോക്കാൻ പോലുമാകാതെ നീ ചലനമറ്റു കിടക്കുകയായിരുന്നു.

പലകാര്യങ്ങളിലും നിന്റെ സഹായം എനിക്ക് അനിവാര്യമാണ്. നീ ഇല്ലാതെ ഇനി ഞാൻ എങ്ങിനെ ബൈക്ക് ഓടിക്കും? കഴിഞ്ഞ പത്ത് പതിനെട്ട് വർഷങ്ങളായി അത് നമ്മുടെ ജീവിതത്തിൽ ഒഴിച്ചു കൂടാൻ പറ്റാത്ത ഒരു കൂട്ടുകാരനായിരുന്നില്ലേ.. എവിടെ പോകുമ്പോഴും അവനുണ്ടായിരുന്നല്ലോ നമുക്ക് തുണയായി.

രാവിലെ ഉണർന്നാൽ നീ തന്നെ ചെയ്യേണ്ടുന്ന എന്തെല്ലാം ജോലികൾ ഉണ്ട്. അവയിൽ ചിലതെല്ലാം എനിക്ക് ഏറ്റെടുക്കാൻ പറ്റുമെന്ന് തോന്നുന്നു. വാഷ്റൂമിലെ കാര്യങ്ങൾ, പല്ല് തേപ്പ്, ഷേവിംഗ്, കുളി തുടങ്ങിയവയെല്ലാം. വർഷങ്ങളായി നീ ചെയ്ത് വരുന്ന ദൈവീകമായ അനുഷ്ഠാന ക്രിയകൾ ഒക്കെ ഇനി എന്ത് ചെയ്യും?

നിന്റെ സഹായമില്ലാതെ കുഞ്ഞൂട്ടിയെ എനിക്ക് എടുക്കാൻ പറ്റുമോ എന്തോ? അവളെയും എടുത്ത് കൊണ്ട് അപ്പാർട്ട്മെന്റിന്റെ ചെറിയ ബാൽക്കണിയിലൂടെയുള്ള ആ പതിവ് നടത്തമൊക്കെ ഇനി സാധ്യമാകുമോ?

പിന്നെ നീ ചെയ്യുന്ന ഏറ്റവും പ്രധാനപ്പെട്ട കാര്യം നമ്മുടെ ഉപജീവനമാർഗമായ എഴുത്ത് തന്നെയാണ്. അത് ചെയ്ത് ഒട്ടും തന്നെ എനിക്ക് പരിചയമില്ല. എങ്കിലും കഴിയുന്നത്ര ശ്രമിച്ചു നോക്കാം.

ഇപ്പോൾ വേദനകൾക്കിടയിൽ പോലും നിന്നിൽ പടർന്ന ചിരി ഞാൻ കാണുന്നുണ്ട്. നിനക്കത് വലിയ തമാശയായി തോന്നിക്കാണും. നിന്റെ അക്ഷരവടിവോ വേഗതയോ ഒന്നും എനിക്ക് ഒട്ടും ലഭിക്കുമെന്ന് തോന്നുന്നില്ല. മറ്റു ജോലികൾ ചെയ്യുന്നത് പോലെ എഴുത്ത് അത്ര എളുപ്പമല്ല എന്നായിരിക്കും നീ ചിന്തിച്ചത്.

ശരിയാണ് അക്ഷരങ്ങളുമായി കുതിച്ചു പായുന്ന നിന്റെ വിസ്മയിപ്പിക്കുന്ന വേഗമൊന്നും എനിക്ക് സങ്കല്പിക്കാൻ പോലും പറ്റില്ല. എന്റെ ഭംഗിയില്ലാത്ത അക്ഷരങ്ങളുടെ വൈരൂപ്യം ഒരു പക്ഷേ നിന്നെ ചിരിപ്പിച്ചേക്കാം.

എന്നാലും സാരമില്ല. ഇക്കാര്യത്തിൽ ഒരു കൈ നോക്കാൻ തന്നെ ഞാൻ തീരുമാനിച്ചിട്ടുണ്ട്. നിനക്ക് കുറച്ച് അസൂയയും കുശുമ്പുമൊക്കെ തോന്നും എന്ന് എനിക്കറിയാം... നീ കുറച്ച് കാലം അതൊക്കെ സഹിച്ചേ പറ്റൂ...

ചിന്തകൾക്ക് ചിറകുകൾ മുളച്ച് അവ പറന്നകലുമ്പോൾ അവയെ ഓർത്തുവെക്കാനായി താളുകളിലേക്ക് പകർത്താൻ ഞാൻ നിന്റെ ജോലി ഏറ്റെടുക്കാം.

അല്ലെങ്കിലും അത്തരത്തിലുള്ള ഒരു സർഗ സപര്യ നീ ഇതുവരെ ചെയ്തിട്ടില്ലല്ലോ അല്ലേ? കഴിഞ്ഞ ഏകദേശം 16 വർഷത്തോളം നീ തലങ്ങും വിലങ്ങും എഴുതി കൂട്ടിയ ക്യാപ്ഷനുകൾക്കും കണ്ടന്റുകൾക്കും ഒരു കൈയ്യും കണക്കുമില്ല. വാണിജ്യമേഖലയിൽ കച്ചവടകണ്ണുമായി കാത്തിരിക്കുന്നവർക്കായി നീ എഴുതിയ കൂലിയെഴുത്തുകളായിരുന്നു അവയെല്ലാം. അവയിൽ ചിലതിനൊക്കെ പുരസ്ക്കാരങ്ങൾ ലഭിച്ചെങ്കിലും കാണാമറയത്തിരുന്ന് നീ ചെയ്ത അർപ്പണബോധമാർന്ന അധ്വാനത്തിനൊന്നും യാതൊരു പരിഗണനയും അംഗീകാരവും ലഭിച്ചില്ല. അതിൽ നീ നിരാശനും ദു:ഖിതനും ആയിരുന്നു എന്ന് എനിക്കറിയാമായിരുന്നു.

ജീവിതത്തെ അർത്ഥപൂർണമാക്കാൻ അവസരം ലഭിച്ചില്ല എന്നോർത്ത് നീ ചിലപ്പോൾ അസ്വസ്ഥനാകുമായിരുന്നല്ലോ. ആ നഷ്ടബോധം മനസ്സിലേല്പിക്കുന്ന വേദന കഠിനമായിരിക്കും. ദൈവം നമുക്ക് തന്ന സിദ്ധികൾ വേണ്ട രീതിയിൽ പ്രയോജനപ്പെടുത്തിയില്ല എന്ന നിരാശയായിരിക്കും ജീവിതത്തിലെ ഏറ്റവും വലിയ ദു:ഖം. പിന്നീട് തിരിഞ്ഞു നോക്കുമ്പോൾ ഇത്തരത്തിലൊരു കുറ്റബോധം നിന്നിൽ ഉണ്ടാവരുത്. ഇനിയുള്ള നമ്മുടെ രചനകൾ അത്തരത്തിലുള്ളതായിരിക്കണം.

വ്യർഥമായ ആ കാലഘട്ടത്തോട് വിടപറയാൻ കുറച്ചുകാലമായി നീ ആഗ്രഹിച്ചിരുന്നു. എന്നും രാവിലെ ഓഫീസിലേക്കുള്ള വിരസതയുടെ മരപ്പടികൾ കയറുമ്പോൾ ഈശ്വരാ! ഇനിയും എത്രനാൾ വേണ്ടിവരുമെന്ന് നീ സ്വയം ചോദിക്കുന്നുണ്ടായിരുന്നു. ഉത്തരം കിട്ടില്ല എന്നറിയാമായിരുന്നിട്ടും പക്ഷേ ഇപ്പോഴതാഉത്തരം ലഭിച്ചിരിക്കുന്നു.

കടമകളും കർത്തവ്യങ്ങളും ഭംഗിയായി നിർവ്വഹിച്ചു കഴിഞ്ഞു എന്നും ഇനി തീർച്ചയായും ജീവിതത്തെ സാർഥകവും ധന്യമാക്കാനുമുള്ള മറ്റു നിയോഗങ്ങളിലേക്ക് തിരിയണമെന്നും നിനക്ക് അപ്പോൾ തന്നെ ഉൾവിളിയുണ്ടായിരുന്നതായി അറിയാം.

വരാൻ പോകുന്ന ആപത്തിനെപറ്റി ഉപബോധ മനസ്സ് സൂചനകൾ നൽകിയിരുന്നു എന്നു വേണം കരുതാൻ. ഒന്ന് വിരലുകൾ അനക്കാൻ പോലും ശരീരത്തിൽ എന്തുമാത്രം പ്രവർത്തനങ്ങൾ നടക്കണമെന്നും അതിന് എത്രമാത്രം ദൈവാനുഗ്രഹം വേണമെന്നും അപകടത്തിന് തൊട്ടുമുമ്പുള്ള ദിവസങ്ങളിൽ നീ ചിന്തിച്ചിരുന്നില്ലേ?

കുഞ്ഞുമോൾ നിർദ്ധരയുടെ ചോറൂണും തുലാഭാരവും ഗുരുവായൂരിൽ ഉണ്ണിക്കണ്ണന്റെ തിരുനടയിൽ വെച്ച് നടത്താൻ ഭാഗ്യമുണ്ടായി. അപകടത്തിന് ദിവസങ്ങൾക്ക് മുമ്പായിരുന്നു ദൈവാനുഗ്രഹം നിമിത്തം അത് നടത്താൻ കഴിഞ്ഞത്.

എല്ലാ കാര്യങ്ങളും എത്രമാത്രം കൃത്യമായും കണിശമായും ആണ് പ്രപഞ്ചശക്തി തീരുമാനിക്കുന്നതും അവയെല്ലാം നടപ്പിൽ വരുത്തുന്നതും മനുഷ്യൻ എത്ര നിസ്സാരൻ. അവന്റെ തീരുമാനങ്ങളും പദ്ധതികളും ഒക്കെ എത്ര നിസ്സാരം. വിധാതാവിന്റെ വിധി നടപ്പാക്കൽ ചിലപ്പോൾ ക്രൂരമായി തോന്നിയേക്കാമെങ്കിലും വിധി വിഹിതമായി മനുഷ്യന് അവ ഏറ്റുവാങ്ങി സഹിക്കുകയേ നിർവാഹമുള്ളൂ. ധനികനും ദരിദ്രനും പണ്ഡിതനും പാമരനും വൃദ്ധനും യുവാവും സ്ത്രീയും പുരുഷനും ഒക്കെ അതിന്റെ അദൃശ്യമായ എന്നാൽ ശക്തമായ കൈകളുടെ മുന്നിൽ തികച്ചും നിസ്സഹായരാണ് കൺമുന്നിലെ നമ്മുടെ അനുഭവങ്ങൾ എല്ലാം നമ്മെ പഠിപ്പിക്കുന്നത് അത് തന്നെയാണ് യാതൊരു നിലയിലും അഹങ്കരിക്കേണ്ട അവകാശം മനുഷ്യനില്ല.

അടുത്തമുറിയിൽ അടുത്ത നിമിഷം വരെ കളി തമാശകൾ പറഞ്ഞിരുന്ന മുസ്ലീം വയോധികനെ എത്ര പെട്ടെന്നാണ് മരണത്തിന്റെ തണുത്ത കരങ്ങൾ കവർന്നെടുത്തു കൊണ്ടുപോയത്? ഹോസ്പിറ്റലിലെ രുചിയില്ലാത്ത ഭക്ഷണത്തെ പറ്റി എപ്പോഴും പരാതി പറയുന്ന അദ്ദേഹത്തെ സമാധാനിപ്പിക്കാൻ വീട്ടിലെത്തിയാലുടൻ ചിക്കൻ ബിരിയാണി ഉണ്ടാക്കിത്തരാമെന്ന് ഭാര്യ വാക്ക് നൽകിയിരുന്നു. പാലിക്കാൻ പറ്റാതായിപ്പോയ വാഗ്ദാനം! ആ പാവത്തിന്റെ തേങ്ങൽ അടുത്ത മുറിയിൽ ഇനിയും അടങ്ങിയിട്ടില്ല.

അവയെല്ലാം ഓർക്കുമ്പോൾ മഹാശക്തി നമ്മെ കൈവെടിഞ്ഞിട്ടില്ല എന്നോർത്ത് നമുക്ക് ആശ്വസിക്കാം.

അയ്യോ! ഇതെന്താണ് നീ കരയുകയായിരുന്നോ? ഇതൊരിക്കലും നിന്നിൽ നിന്ന് ഞാൻ പ്രതീക്ഷിച്ചിരുന്നില്ല. പരുക്കനും കരുത്തനും എന്ന് പലരും പറയാറുള്ള നീ ഒരു സെന്റിമെന്റൽ ഫൂൾ ആകാതെ ... നിനക്ക് ഒന്നും സംഭവിച്ചിട്ടില്ല.. ഇതെല്ലാം വെറും താൽക്കാലികം മാത്രം.

അക്ഷരങ്ങൾ നിരത്തിവെച്ച് ഇനിയും നിനക്ക് അത്ഭുതങ്ങൾ സൃഷ്ടിക്കാൻ കഴിയും എന്ന് എനിക്ക് നന്നായറിയാം.

അനിവാര്യതകളെ അഭിമുഖീകരിച്ചല്ലേ പറ്റൂ? അനിവാര്യമായിരുന്ന ഈ ഒരപകടം ജീവിതത്തിലെ ഒരു യു ടേൺ ആയി എന്ത് കൊണ്ട് ചിന്തിച്ചുകൂടാ?

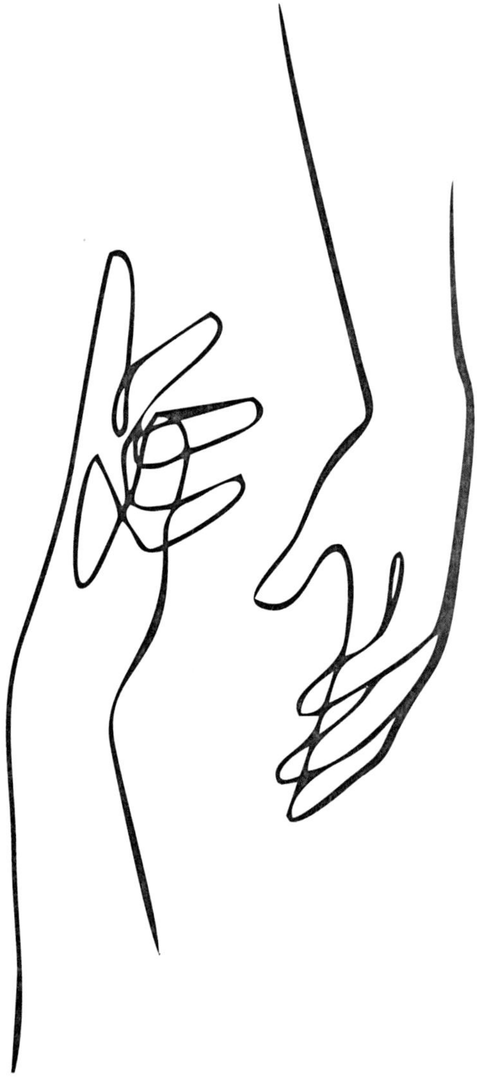

പിറന്നാളിന്റെ രണ്ട് ദിവസം മുമ്പ് സംഭവിച്ച ഈ ദുരന്തം ജീവിതത്തിന്റെ അലകും പിടിയും മാറ്റാനുള്ളതായിരിക്കാം. അല്ലെങ്കിലും നിന്റെ ജീവിതത്തിലെ എല്ലാ സുപ്രധാന സംഭവങ്ങളും നടക്കുന്നത് ജൂലായ് എന്ന ജന്മമാസത്തിലാണല്ലോ. ഇതും അത്തരത്തിൽ ഒന്നായി മാത്രമേ കാണാൻ കഴിയൂ.!

ഇനിയും എന്തൊക്കെ കാര്യങ്ങളാണ് നിനക്ക് ചെയ്യാൻ കിടക്കുന്നത്. നിനക്ക് ഏറെ ഇഷ്ടപ്പെട്ട എഴുത്തിനും വായനക്കുമായി നൈമിശാരണ്യത്തിലെ ശാന്തത നിന്നെ പ്രതീക്ഷിച്ചിരിക്കുകയാണ്. നിന്റെ കാര്യങ്ങൾ എല്ലാം പെട്ടെന്ന് ശരിയാകും. കൂടി വന്നാൽ ഇനി രണ്ട് ദിവസങ്ങൾ മാത്രം ഇവിടെ കിടന്നാൽ മതിയാകും. ഈ മാസം അവസാനത്തോടെ ഏറണാകുളത്ത് നിന്നും നീലേശ്വരത്തേക്ക് മടങ്ങണം.

നൈമിശാരണ്യത്തിൽ എത്തിയാൽ എഴുത്തിലൂടെയും വായനയിലൂടെയും നിന്റെ ചികിത്സയുടെ ഇടവേളകളെ സന്തോഷപ്രദമാക്കാം നിനക്ക് സുഖമാകുന്നതുവരെ നിന്റെ എഴുത്തുജോലി ഞാൻ ഏറ്റെടുക്കണമെന്ന് പറഞ്ഞത് മറന്നിട്ടില്ല കേട്ടോ.

സമയക്കുറവ് കാരണം മാറ്റിവെച്ച ചെറിയ പുസ്തക ഷെൽഫിലെ പഴയതും പുതിയതുമായ കൂട്ടുകാരെ നിനക്ക് ഞാൻ പൊടിതട്ടിയെടുത്തു തരാം. മൂന്നാല് മാസം കൂടിയേ നിനക്കീ ആംസ്ലിംഗിന്റെ ആവശ്യമുണ്ടാവൂ.

പുസ്തകങ്ങളുമൊത്ത് സമയം ചെലവിടുമ്പോൾ അതെത്രമാത്രം മാറ്റങ്ങളാണ് ജീവിതത്തിൽ ഉണ്ടാക്കാൻ പോകുന്നതെന്ന് നീ ചിന്തിച്ചിട്ടുണ്ടോ? വിസ്മയകരമായിരിക്കും വായനാലോകത്ത് കൂടിയുള്ള യാത്ര.

നീ തളരുകയില്ല എന്നെനിക്കറിയാം തളർച്ച എന്ന നിന്റെ ഇപ്പോഴത്തെ അവസ്ഥയെയല്ല ഞാൻ ഉദ്ദേശിച്ചത്. നിന്നിൽ ഉണ്ടാവേണ്ട നിശ്ചയ ദാർഢ്യത്തിന്റെ കരുത്തിനെയാണ് അതാണ് ചികിത്സയ്ക്കൊപ്പം നിനക്ക് വേണ്ട പ്രധാന ശക്തി സ്രോതസ്സ്.

നിന്റെ താൽക്കാലികമായ നിശ്ചലാവസ്ഥ മറ്റൊന്നിനെയും ബാധിക്കരുത്. ഇതുവരെ എപ്പോഴും കർമ്മനിരതനായിരുന്ന നിനക്ക് അത് ഉൾക്കൊള്ളാൻ പറ്റില്ല എന്നെനിക്കറിയാം. എനിക്കൊപ്പം ശരീരത്തിലെ മറ്റെല്ലാ അവയവങ്ങളും നിന്റെ സഹായത്തിനെത്തുമെന്നതിൽ നിനക്ക് യാതൊരു സംശയവും വേണ്ട.

നീ ഇല്ലാതെ പലകാര്യങ്ങളും നടക്കില്ല എന്നെനിക്കറിയാം...

നിന്റെ കടമയും കർത്തവ്യവും മനസ്സിലാക്കി നീ സദാ കർമ്മ നിരതനായപ്പോൾ നിന്റെ പ്രാധാന്യം ആരും തന്നെ മനസ്സിലാക്കിയില്ല. നിന്റെ മൂല്യം വേണ്ടത്ര ഉൾക്കൊള്ളാൻ അപ്പോൾ ആർക്കും കഴിഞ്ഞില്ല.

അതിന് ആരെയും കുറ്റം പറഞ്ഞിട്ട് കാര്യമില്ല.

ഓരോ അവയവങ്ങളുടെയും പ്രാധാന്യവും ആവശ്യകതയും മനസ്സിലാവുക അതിന് എന്തെങ്കിലും പ്രശ്നം വരുമ്പോഴാണ് പക്ഷേ അതറിയാനും മനസ്സിലാക്കാനും ഇത്തരമൊരു ദുരവസ്ഥ നിനക്ക് ഒരിക്കലും സംഭവിക്കരുതായിരുന്നു.

ചെറുതും വലുതുമായ നമ്മൾ ഓരോരുത്തരുടെയും പ്രസക്തിയും പ്രധാന്യവും മനസ്സിലാക്കുന്നത് നമുക്ക് അസുഖമോ അപകടമോ സംഭവിച്ച് നാം പ്രവർത്തനക്ഷമമല്ലാതാവുമ്പോഴാണ്.

നമ്മുടെ പ്രവർത്തനങ്ങൾ വച്ച് നോക്കിയാൽ നാം ആരും ചെറുതും നിസ്സാരവുമല്ല എന്ന് ബോധ്യമാകും നിന്റെ ചെറു വിരലിനുമുണ്ട് ചെയ്യാൻ ഒരു പാട് കാര്യങ്ങൾ അതില്ലാതാകുമ്പോൾ മാത്രമേ അതിന്റെ വില മനസ്സിലാവൂ.

ശരീരത്തിലെ നമുക്കോരോരുത്തർക്കും സംഭവിക്കുന്ന അപകടമോ അസുഖമോ ഒരർഥത്തിൽ ആ ബോധ്യപ്പെടുത്തലുകൾ തന്നെയാണ്.

നീ ഉറങ്ങിയിട്ടില്ല എന്നെനിക്കറിയാം. പലതരം അസ്വസ്ഥതകളും നിന്റെ ഉറക്കം കെടുത്തുന്നുണ്ടാകും. കൂടുതൽ സമയം നല്ല വിശ്രമമാണ് ഇപ്പോൾ വേണ്ടതെന്ന് ഡോക്ടർമാർ പറഞ്ഞിട്ടുണ്ട്. നിന്റെ ബോറടി മാറ്റാനും നിനക്ക് ധൈര്യം പകരാനുമാണ് ഞാൻ ഇത്രയും സമയം നിന്നോട് ഓരോ കാര്യങ്ങൾ പറഞ്ഞ് കൊണ്ടിരുന്നത്.

എന്നാലിനി മറ്റൊന്നും ആലോചിച്ച് വിഷമിക്കാതെ നന്നായി വിശ്രമിക്ക്. നിന്റെ എല്ലാ കാര്യവും നോക്കാൻ ഞാൻ ഇവിടെ തന്നെയുണ്ട്.

* * *

തണുത്ത വിരൽ സ്പർശം നെറ്റിയിൽ അനുഭവപ്പെട്ടപ്പോഴാണ് ഞാൻ കണ്ണുകൾ തുറന്നത്.കുറേ സമയം നന്നായി ഉറങ്ങി എന്ന് തോന്നുന്നു.

ഗിരിജ വിസ്മയത്തോടെ അരികെ ഇരിപ്പുണ്ട് "നല്ല ഉറക്കമായിരുന്നു. എന്തോ സ്വപ്നം കണ്ടെന്നു തോന്നുന്നു. എന്തെല്ലാമോ പറയുന്നുണ്ടായിരുന്നു. ഇംഗ്ലീഷിലും മലയാളത്തിലും നല്ല സ്വപ്നമായിരുന്നോ?" അവൾ ചോദിച്ചു.

"അതെ അസാധാരണവും അപൂർവവുമായ ഒരു നല്ല സ്വപ്നം! അതെപ്പറ്റി പിന്നെ പറയാം. നല്ല വിശപ്പ്. കഴിക്കാനെന്തെങ്കിലും താ."

ഗിരിജ ഹോസ്പിറ്റൽ കാന്റീനിൽ നിന്നും വരുത്തി വെച്ച കഞ്ഞിയും കറികളും എടുത്ത് വെച്ചു. "മിക്കവാറും ഇന്ന് വൈകുന്നേരത്തോടെ ഡിസ്ചാർജ് ചെയ്യുമെന്നാണ് പറഞ്ഞിരിക്കുന്നത്"

സമാധാനം! ഹോസ്പിറ്റലിന്റെ മനം മടുപ്പിക്കുന്ന മണത്തിൽ നിന്നും, മരണം പതിയിരിക്കുന്ന അന്തരീക്ഷത്തിൽ നിന്നും മോചനമാകുമല്ലോ എന്നോർ ത്തപ്പോൾ ആശ്വാസം തോന്നി.

മരുന്നുകൾ ഒന്നും തന്നെയില്ല വേദനയുണ്ടെങ്കിൽ മാത്രം ഒരു പെയിൻ കില്ലർ കഴിക്കാം. ആംസ്ലിംഗിൽ വിശ്രമിക്കുന്ന വലംകൈക്ക് ഭാരം തോന്നുന്നുണ്ട് പിന്നെ അരിച്ചെത്തുന്ന കത്തുന്നപോലെയുള്ള വേദനയും. ടാബ്ലറ്റ് കഴിച്ചാൽ കുറയുമായിരിക്കും.

ആലോചിച്ചപ്പോൾ അത്ഭുതം തോന്നി എന്തൊക്കെയാണ് സ്വപ്ന ത്തിൽ ഇടംകൈ വലംകൈയോട് പറഞ്ഞത്? അത് സ്വപ്നം തന്നെ യായിരുന്നോ? എല്ലാ കാര്യങ്ങളും വ്യക്തമായി ഇപ്പോഴും ഓർമ്മയുണ്ട്.

അതെ, ഈ സ്വപ്നം വ്യത്യസ്തമാണ്. ഈ സ്വപ്നം മനസ്സിലെന്നും ഉണർന്നിരിക്കുമ്പോഴും ഉറങ്ങാതിരിക്കും. അജ്ഞാതവും അദൃശ്യവുമായ ഏതോ ആന്തരീകശക്തിയുടെ ഉള്ളിൽ നിന്നുള്ള നിയന്ത്രണമായിരി ക്കാം. എന്ത് തന്നെയായിരുന്നാലും അത് പകർന്നുതന്ന വിശ്വാസവും കരുത്തും ഒരനുഗ്രഹമെന്നോണം മനസ്സിൽ നിറയുന്നതായി തോന്നി.

ഇന്ന് വൈകുന്നേരത്തോടെ ഡിസ്ചാർജ്ജ് ചെയ്ത് വീട്ടിലേക്ക് പോയാൽ പിന്നെ തോളിലെ സർജറിയുടെ മുറിവ് ഡ്രസ് ചെയ്യാനായി രണ്ട് മൂന്ന് തവണ ഇവിടേക്ക് വന്നാൽ മതിയാകും.

പിന്നെ ഈ മാസം അവസാനത്തോടെ നാട്ടിലേക്ക് പോകണം. അടുത്ത മാസം ഒന്നാം തീയ്യതി തന്നെ ഗിരിജയ്ക്ക് അവധി കഴിഞ്ഞ് സ്കൂളിൽ ജോയിൻ ചെയ്യണം.

ഇനിയുള്ള ട്രീറ്റ്മെന്റുകൾ എന്താണെന്ന് വെച്ചാൽ അവിടെ വെച്ച് ചെയ്യാം. അലോപ്പതിയാണോ ആയുർവേദമാണോ വേണ്ടത് എന്ന് തീരുമാനിക്കണം. കുറെ കൂടി ടെസ്റ്റുകൾ നടത്താനുണ്ട്. അതിന് ശേഷം പിന്നീട് തീരുമാനിക്കാം.

കൈയ്യുടെ ചലനാവസ്ഥ എന്ന് തിരിച്ചുകിട്ടുമോ ആവോ? അല്ലെ ങ്കിൽ കൈ എന്നും നിശ്ചലമായിരിക്കുമോ? ഉള്ളിൽ നിന്നും എന്തോ ഒരു അസ്വസ്ഥത വന്ന് ശരീരമാകെ നിറയുന്നത് പോലെ തോന്നി.

മുഖത്തെ ടെൻഷൻ കണ്ടിട്ടാവണം ഗിരിജ ചോദിച്ചു- "എന്താ ആലോചിച്ച് കൊണ്ടിരിക്കുന്നത്? തൽക്കാലം ഒന്നും ആലോചിച്ച് മനസ്സ് വിഷമിപ്പിക്കേണ്ട എല്ലാം ശരിയാകുമെന്ന് തന്നെ കരുതാം. നാട്ടിലെത്തി നല്ല ചികിത്സ ഏതാണെന്ന് വെച്ചാൽ ചെയ്യാം."

അതെ, അത് തന്നെയാണ് ഇനി ചെയ്യാനുള്ളത്. വെറുതെ ഓരോന്ന് ചിന്തിച്ച് ടെൻഷനായിട്ട് ഒരു കാര്യവുമില്ല. ഉള്ളിൽ നിന്ന് വീണ്ടും ആരോ പറഞ്ഞു.

എഫ് ഐ ആർ എഴുതാൻ വന്ന പോലീസ് ഉദ്യോഗസ്ഥനും കേസ് ക്യാൻവാസ് ചെയ്യാനെത്തിയ അഭിഭാഷകസുഹൃത്തും വളരെ അടുത്ത ബന്ധുക്കളും ഒഴിച്ച് മറ്റ് സന്ദർശകർ ആരും തന്നെ ഉണ്ടായിരുന്നില്ല.

മണിക്കുട്ടിയുടെ അച്ഛനും അമ്മയും-ശശികുമാറും ജയലക്ഷ്മിയും വന്ന് കുറച്ച് സമയം കൂട്ടിരുന്നു. ശശികുമാർ രാത്രിയിൽ ഏറെ സമയം ഹോസ്പിറ്റലിൽ ഉണ്ടായിരുന്നതും ആശ്വാസമായി.

നാട്ടിൽ വെച്ചായിരുന്നു ഈ അപകടം സംഭവിച്ചിരുന്നതെങ്കിൽ കാര്യങ്ങൾ എല്ലാം തകിടം മറിയുമായിരുന്നു അവിടെ നാല് മാസമായി ഞാൻ തനിച്ചാണ് നീലേശ്വരത്തെ വീട്ടിൽ ഒറ്റയ്ക്ക് താമസിച്ച് ട്രെയിനിൽ കണ്ണൂരിൽ ജോലിക്ക് പോയി വരികയാണ് ചെയ്യുന്നത്. ഗിരിജയാണെങ്കിൽ സ്കൂളിൽ നിന്ന് മൂന്ന് മാസം അവധിയെടുത്ത് കുഞ്ഞുമോളുടെ കാര്യങ്ങൾ ശ്രദ്ധിക്കാനായി ഇവിടെ എറണാകുളവും. മണിക്കുട്ടി ജോലിയിൽ പ്രവേശിച്ചിട്ട് ഏതാനും മാസങ്ങളേ ആയിട്ടുള്ളൂ.

മെഡിക്കൽ ട്രസ്റ്റിലെ മെച്ചപ്പെട്ട ചികിത്സ ലഭിക്കാനും ഈ ഉർവ ശീശാപം ഉപകാരമായി...

എല്ലാം നല്ലതിനായി എന്ന് സമാശ്വസിക്കാം. ഇത് വരെ സംഭവിച്ചതും ഇപ്പോൾ സംഭവിച്ചുകൊണ്ടിരിക്കുന്നതും ഇനി സംഭവിക്കാനിരിക്കുന്നതും എല്ലാം നല്ലതിന്. ഭഗവദ്ഗീതയുടെ സന്ദേശം എത്രമാത്രം പ്രസക്തവും ആശ്വാസ പ്രദവുമാണ്, ജീവിതത്തിന്റെ ഓരോ പ്രതിസന്ധി ഘട്ടത്തിലും.

അശാന്തസ്യ കുത: സുഖം ?

അശാന്തമായ മനസ്സുള്ളവന് ഒരിടത്തും സ്വസ്ഥതയോ സുഖമോ ലഭിക്കില്ല. അതിനാൽ മനസ്സിനെ ശാന്തമാക്കൂ.

* * *

സന്ധ്യയോടെ മെഡിക്കൽ ട്രസ്റ്റിൽ നിന്നും ഡിസ്ചാർജ്ജായി. മെഡിക്കൽ ട്രസ്റ്റിനോട് താൽക്കാലികമായി വിട...

ഡോക്ടർമാർക്കും സിസ്റ്റർമാർക്കും പിന്നെ സഹായിച്ച, സഹകരിച്ച ഹോസ്പിറ്റലിലെ എല്ലാവർക്കും നന്ദി. ആംസ്ലിംഗിൽ വിശ്രമിക്കുന്ന വലംകൈയുമായി ഗിരിജയ്ക്കും ഉദയ്നുമൊപ്പം തേവര ഫെറി റോഡിലെ അപ്പാർട്ട്മെന്റിലേക്ക്...

നിഴലും നിലാവും

അപ്പാർട്ട്മെന്റ്. തേവര ഫെറിറോഡ്

മാനത്ത് ചെഞ്ചായം പുരട്ടി സൂര്യൻ വിട പറയാനൊരുങ്ങുന്നു. ആകാശം മുട്ടുമാറ് ഉയർന്നു നിൽക്കുന്ന ഫ്ളാറ്റ് സമുച്ചയങ്ങളുടെ ബാൽക്കണി ദൃശ്യം. സന്ധ്യയായതോടെ ഫ്ളാറ്റുകളിൽ മിക്കതിലും ലൈറ്റുകൾ തെളിഞ്ഞിട്ടുണ്ട്. താഴെ വാഹനങ്ങൾ തലങ്ങും വിലങ്ങും ഇടതടവില്ലാതെ ഓടിക്കൊണ്ടിരിക്കുന്ന റോഡാണ്. എപ്പോഴും തുടരെ തുടരെയുള്ള ഹോണടി ശബ്ദം ചിലപ്പോൾ വല്ലാത്ത അസ്വസ്ഥത സൃഷ്ടിക്കുന്നു.

താഴെ കുതിച്ചു പായുന്ന വാഹനങ്ങളിലേക്ക് വിസ്മയം വിടരുന്നകുഞ്ഞു മിഴികളുമായി എന്റെ മടിയിൽ കുഞ്ഞൂട്ടി ഇരിക്കുന്നു. ചിലപ്പോൾ ആംസ്ലിംഗിൽ കുഞ്ഞിക്കൈകൾ കൊണ്ട് തല്ലുകയും തലോടുകയും ചെയ്യുന്നുണ്ട്. ഇടക്ക് മുഖമുയർത്തി എന്നെ നോക്കി ഇതെന്താണെന്ന മട്ടിൽ, എന്തോ പ്രശ്നമുണ്ടെന്ന് അവൾക്ക് തോന്നിക്കാണണം. ഇടംകൈകൊണ്ട് പ്രയാസപ്പെട്ടാണെങ്കിലും അവളെ എടുത്തപ്പോൾ സുരക്ഷക്കായി അവൾ അവളുടെ കുഞ്ഞിക്കൈ എന്റെ കഴുത്തിൽ ചേർത്ത് പിടിച്ചു.. ഒരു കരുതലെന്നോണം ബാൽക്കണിയിലൂടെ അവളെയും എടുത്ത് കൊണ്ട് അല്പം അങ്ങോട്ടുമിങ്ങോട്ടും നടക്കാം ഇരുന്ന് ബോറടിക്കുമ്പോൾ...

ചിലപ്പോൾ കൈയിലാകെ പടരുന്ന ഒരു കത്തുന്ന വേദന ഇപ്പോഴുണ്ട്. കൈയ്യുള്ളിൽ എന്തോ ഒഴുകുന്നതുപോലെയുണ്ട്. രാത്രി

ഉറങ്ങുമ്പോൾ ആംസ്ലിംഗിൽ നിന്ന് കൈയ്ക്ക് മോചനം നേടാം. അല്ലാത്തപ്പോഴെല്ലാം വലംകൈ സ്ലിംഗിന്റെ സംരക്ഷണകവചത്തിലാണ്.

രണ്ടുമൂന്നുതവണ മെഡിക്കൽ ട്രസ്റ്റിൽ പോയി സർജറി മുറിവ് ഡ്രസ് ചെയ്തു വന്നു. നാട്ടിലേക്ക് പോകുകയാണെന്ന് അവരെ അറിയിച്ചിരുന്നു. "നാട്ടിൽ ചെന്ന് തുടർന്നുള്ള ഫിസിയോതെറാപ്പി, എക്സർസൈസ് തുടങ്ങിയവ ചെയ്താൽ മതി," ഡോക്ടർമാർ ഉപദേശിച്ചു. മറ്റൊന്നും ചെയ്യാനില്ല. പ്ലാസ്റ്റിക് സർജറി ചെയ്യണമെങ്കിലും ഒരു മൂന്ന് മാസമെങ്കിലും കാത്തിരിക്കണം.

എം ആർ ഐ സ്കാൻ ചെയ്യേണ്ടതുണ്ട്. അതിനും ഒന്നരമാസം കഴിയണമെന്നാണ് പറഞ്ഞത്. കുമാരി ഏച്ചി, ഗണപതി ഏട്ടൻ, ശംഭു അമ്മാവൻ, അമ്മായി എന്നിവർ മകൻ ഡോ. പ്രസാദിനൊപ്പം വന്നു. നാട്ടിലെത്തിയ ശേഷം വേണ്ട കാര്യങ്ങൾതുടർന്നു ചെയ്യാമെന്ന് പ്രഗൽഭനായ ഓർത്തോസർജൻ കൂടിയായ ഡോ. പ്രസാദ് പറഞ്ഞു. പന്തളത്ത് നിന്നും പ്രമുഖ ഡോക്ടറും മരുമകൻ ശ്രീഹരിയുടെ ഫാദർ ഇൻലോയുമായ വിജയേട്ടനും വന്നു. അടുത്ത കുടുംബ സുഹൃത്തുക്കളായ വിനയൻ മാഷിന്റേയും ഭാര്യ ഹേമടീച്ചറുടെയും സന്ദർശനമായിരുന്നു മറ്റൊന്ന്.

അനന്തപുരിയിൽ അന്ന് ശ്രീ പത്മനാഭസ്വാമി ക്ഷേത്രത്തിലെ പെരിയ നമ്പിയായിരുന്ന ഞങ്ങളുടെ ജ്യേഷ്ഠ തുല്യനായ പ്രിയപ്പെട്ട പട്ടേരി നാരായണേട്ടനും ഇടക്കിടെ വിളിച്ച് അന്വേഷിക്കുകയും, വഴിപാടുകളിലൂടെയും പ്രാർഥനകളിലൂടെയും സുഖാശംസകൾ നേരുകയും ചെയ്യുന്നുണ്ടായിരുന്നു.

സ്നേഹം നിറഞ്ഞ എല്ലാവരുടെയും പ്രാർത്ഥനയും ആശ്വാസവാക്കുകളും അന്ന് മനസ്സിന് ഏറെ കരുത്തും ആത്മവിശ്വാസവുമേകി.

അസ്വസ്ഥതകൾ പലതും അനുഭവപ്പെട്ടിരുന്നു എങ്കിലും രാത്രിയിൽ നല്ല ഉറക്കം കിട്ടിയിരുന്നു. വലംകൈ ചെയ്യുന്ന പ്രവർത്തനങ്ങളെല്ലാം ഇടംകൈ വളരെ പെട്ടെന്ന് സ്വാഭാവികമായി ഏറ്റെടുത്ത് ചെയ്യുന്നത് കണ്ടപ്പോൾ വിസ്മയം തോന്നി. ശരീരത്തിന്റെ ഒരവയവത്തിന് തകരാർ സംഭവിക്കുമ്പോൾ മറ്റൊരു അവയവം അതിന് ചെയ്യാൻ പറ്റുന്നതാണെങ്കിൽ എത്രമാത്രം സമർഥമായിട്ടാണ് ആ ന്യൂനത പരിഹരിക്കുന്നതെന്ന് അത്ഭുതത്തോടെ അറിയാൻ പറ്റിയ രണ്ടാഴ്ച സമയമായിരുന്നു അത്. കുളിക്കാൻ ആദ്യമൊക്കെ ഗിരിജ സഹായിച്ചിരുന്നെങ്കിലും പിന്നീട് അതും സ്വയം ചെയ്യാൻ കഴിഞ്ഞു. പല്ലുതേപ്പും. ഷേവും, ഭക്ഷണം കഴിക്കലും എല്ലാം ഇടത് കൈ സ്വയം ഏറ്റെടുത്ത്

ഭംഗിയായി നിർവഹിച്ചു.

എറണാകുളത്തെ ദിവസങ്ങൾ കുഞ്ഞൂട്ടിയുള്ളതിനാൽ വളരെ പെട്ടെന്നാണ് കടന്നു പോയത്. ആഗസ്റ്റ് ഒന്നിന് അവധി കഴിഞ്ഞ് ഗിരിജക്ക് സ്കൂളിൽ ജോയിൻ ചെയ്യേണ്ടതിനാൽ ജൂലായ് മാസം അവസാനത്തോടെ ഞങ്ങൾ രണ്ടുപേരും ട്രെയിനിൽ നീലേശ്വരത്തേക്ക് മടങ്ങി കുഞ്ഞുമോളെപിരിഞ്ഞ് പോരേണ്ടി വന്നത് വലിയ മനോവിഷമമുണ്ടാക്കി. പക്ഷേ അതും മറ്റൊരു അനിവാര്യതയാണല്ലോ.

* * *

വീണ്ടും നീലേശ്വരത്ത്.. ഞങ്ങളുടെ നൈമിശാരണ്യത്തിൽ...

BRACHIAL PLEXUS INJURY

മോഡേൺ സയൻസ് അങ്ങനെയാണ് നിശ്ചലമായ വലംകൈയുടെ ഇപ്പോഴത്തെ അവസ്ഥയെ വിശേഷിപ്പിക്കുന്നത്. ഇന്റർനെറ്റിൽ നോക്കി ചില കാര്യങ്ങളൊക്കെ ഇതേകുറിച്ച് മനസ്സിലാക്കി, അതിൽ പറയുന്ന കാര്യങ്ങളൊക്കെ ഇതുവരെയുള്ള അനുഭവത്തിൽ നിന്നും ശരിയാണെന്ന് മനസ്സിലായി. മൂന്ന് മാസം മുതൽ ഒന്നരവർഷത്തിനുള്ളിൽ കാര്യമായ ചില നല്ല മാറ്റങ്ങൾ ഉണ്ടാകാനുള്ള സാധ്യതയുണ്ട്. ഫിസിയോ തെറാപ്പിയും വ്യായാമവും ചെയ്തുകൊണ്ടിരിക്കണം.

വലംകൈ ആംസ്ലിംഗിൽ പരിപൂർണ വിശ്രമത്തിലാണിപ്പോൾ, ചെറിയ എക്സർസൈസുകൾ ചെയ്യാറുണ്ടെങ്കിലും ഫിസിയോ തെറാപ്പിയും മറ്റും എം ആർ ഐ സ്കാനിങ്ങിന് ശേഷമേ ആരംഭിക്കാൻ കഴിയൂ. വലിയ വേദനയൊന്നും അനുഭവപ്പെടാത്തതിനാൽ പ്രശ്നമൊന്നും തോന്നിയില്ല.

നൈമിശാരണ്യത്തിൽ എത്തിയപ്പോൾ തന്നെ ശരീരത്തിനും മനസ്സിനും ഒരു നവോൻമേഷം ലഭിച്ചതായി തോന്നി. പഴയ ജീവിത ചിട്ടകളിലേക്ക് വീണ്ടും. പ്രശാന്തസുന്ദരമായ അന്തരീക്ഷം. ഇഷ്ടം പോലെ വെറുതെയിരിക്കാം. വായിക്കാം ചിന്തിക്കാം, പക്ഷേ ആദ്യത്തെ കുറെ ദിവസങ്ങളിൽ അടുത്ത ബന്ധുമിത്രാദികളുടെ സന്ദർശനങ്ങൾ ഒഴിഞ്ഞ സമയം ഉണ്ടായിരുന്നില്ല. അതിനാൽ സമയം വളരെ പെട്ടെന്ന് പോയി.

കൈ ആംസ്ലിംഗിൽ ഉണ്ടെന്നല്ലാതെ എനിക്ക് മറ്റ് യാതൊരു വിധ പ്രശ്നവും ഉണ്ടായിരുന്നില്ല. അത് ചില സന്ദർശകരെ അത്ഭുതപ്പെടുത്തി. മറ്റ് ചിലരെ നിരാശരാക്കി. ഒരു വലിയ നിസ്സഹായാവസ്ഥയായിരിക്കും ചിലപ്പോൾ ആദ്യവാർത്തകളിൽ നിന്നും അവർ പ്രതീക്ഷിച്ചിരിക്കുക.

എല്ലാവർക്കും അപകടത്തിന്റെ വിശദാംശങ്ങൾ അറിയണമായിരുന്നു. അത് വിസ്തരിച്ച് ഞങ്ങൾ ഏറെ വിഷമിച്ചു.

അപകടം നിമിത്തം എന്റെ വേഷധാരണത്തിലും ചില മാറ്റങ്ങൾ വരുത്താൻ ഞാൻ നിർബന്ധിതനായി സാധാരണ വീട്ടിലെ എന്റെ സ്ഥിരം വേഷം കാവി മുണ്ടും കഴുത്തിൽ വളച്ചിട്ട ഈരെഴ തോർത്തു മായിരുന്നു. അപകടത്തോടെ മുണ്ടുടുക്കാൻ പ്രയാസമായി. സൗകര്യം പരിഗണിച്ച് ഞാൻ ട്രാക്ക് സ്യൂട്ടിലേക്കും ടീഷർട്ടിലേക്കും ചുവട് മാറി സന്ദർശകർക്ക് ഇതും ഒരു വിസ്മയമായി.

പുറത്ത് പോകുമ്പോൾ ഷർട്ട് ഇൻ ചെയ്യുമായിരുന്ന ഞാൻ ആ പരിപാടിയും ഉപേക്ഷിച്ചു. പാന്റ്സും ടീഷർട്ടും ധരിച്ച് ഇൻഫോർമലായി. ചിലപ്പോഴൊക്കെ നല്ല വേദന അനുഭവപ്പെട്ടു അത് ഏകാഗ്രമായ നീണ്ട വായനയ്ക്ക് വിഘാതം സൃഷ്ടിച്ചു. അധികം നേരം ടി വിക്ക് മുന്നിലിരിക്കു ന്ന ശീലം ഇല്ലായിരുന്നു. പുതിയതായി അത് ഉണ്ടാക്കിയെടുക്കാനും തോന്നിയില്ല.

പുറമേരിയിൽ നിന്ന് വല്യേച്ചിയായ ശാന്തേച്ചിയും കുടുംബവും എത്തി പിന്നെ കുഞ്ഞേച്ചിയായ കുമാരിയേച്ചി വന്ന് ഭക്ഷണമൊക്കെ വിളമ്പി ത്തന്ന് എനിക്ക് കൂട്ടിരുന്നു. ആവർത്തന വിരസത ഇല്ലാതെ തന്നെ ദിവസങ്ങൾ അതിവേഗം കടന്നു പോയി.

അതിനിടയിൽ ഞങ്ങളുടെ കുടുംബ സുഹൃത്തും നീലേശ്വരത്തെ പ്രമുഖ മേക്കപ്പ് ആർട്ടിസ്റ്റും അധ്യാപകനുമായ ജയൻ നീലേശ്വരത്തിന്റെ അഭിപ്രായ പ്രകാരം ഞങ്ങൾ വന്ദ്യ വയോധികനായ യോഗാചാര്യ ശ്രീ രാമൻ മാസ്റ്ററെ കാണാൻ പാലായിലുള്ള അദ്ദേഹത്തിന്റെ ചികിത്സാ കേന്ദ്രത്തിലെത്തി. തൊണ്ണൂറുകളിലെത്തിയിട്ടും യോഗയും നിത്യേനയു ള്ള ക്ലാസ്സുകളും ജീവിതചര്യയായി തുടരുന്ന കർമയോഗി. വിശദമായി കാര്യങ്ങൾ അന്വേഷിച്ച് മനസ്സിലാക്കിയശേഷം അദ്ദേഹം പറഞ്ഞു "പേടിക്കേണ്ട, എല്ലാം പതുക്കെ ശരിയാകും. വേണമെങ്കിൽ ഇവിടെ അഡ്മിറ്റ് ചെയ്ത് ചികിത്സകൾ തുടങ്ങാം."

അവിടെയുള്ള രണ്ട് നാച്ചുറോപ്പതി ഡോക്ടർമാരും പരിശോധിച്ചു. കുറച്ച് നാൾ ഫിസിയോ തെറാപ്പി ചെയ്തതിന് ശേഷം അവിടുത്തെ ചികിത്സകൾ ആരംഭിക്കാമെന്നാണ് അവർ അഭിപ്രായപ്പെട്ടത്. രാമൻ മാഷുടെ വാക്കുകൾ വളരെയധികം ആശ്വാസവും ആത്മവിശ്വാസവും നൽകി. പിന്നീട് വിനയകൃഷ്ണൻ ഡോക്ടറുടെ ചികിത്സാക്രമങ്ങളുമായി മുന്നോട്ട് പോയതിനാൽ പാലായിലേക്ക് പോയില്ല.

മറ്റ് ചിലരുടെ അഭിപ്രായം കേട്ട് ഒരു നാട്ടു വൈദ്യനെ കണ്ടപ്പോൾ

അദ്ദേഹം പറഞ്ഞത് ഒരാഴ്ചക്കുള്ളിൽ കൈ തടവി ശരിയാക്കിതരാമെന്നാണ്. എന്ത് കൊണ്ടോ അതിൽ വിശ്വാസം തോന്നിയില്ല. പിന്നീട് ഉടൻ തന്നെ വിനയകൃഷ്ണൻ ഡോക്ടറുടെ ചികിത്സകൾ ആരംഭിക്കുകയായിരുന്നു.

ഓഗസ്റ്റ് 18 ന് കണ്ണൂരിൽ നിന്ന് എം ആർ ഐ സ്കാനിങ്ങ് നടത്തി. ഗുരുതരമായ പ്രശ്നങ്ങളൊന്നും ആ സ്കാനിങ് റിപ്പോർട്ടിൽ പറഞ്ഞിട്ടില്ലായിരുന്നു.ഡോ. പ്രസാദിന്റെ നിർദ്ദേശപ്രകാരം ഫിസിയോ തെറാപ്പി ചെയ്യാൻ തുടങ്ങി. ഇലക്ട്രിക്കൽ സ്റ്റിമുലേഷൻ സഹിതം.

നീലേശ്വരം ഗവ: ഹോമിയോ ആശുപത്രിയോടനുബന്ധിച്ചുള്ള ഫിസിയോ തെറാപ്പി സെന്ററിലെ തെറാപ്പിസ്റ്റ് സുമിതിന് ജോലിയിൽ അങ്ങേയറ്റം ആത്മാർത്ഥതയും അർപ്പണബോധവും ഉണ്ടായിരുന്നു. രോഗികളോടൊക്കെ നല്ല സ്നേഹവും സൗഹാർദ്ദവുമുള്ള പെരുമാറ്റം.

വലത് കൈക്ക് അന്ന് സ്പർശനശേഷി തീരെയില്ലായിരുന്നു കൈവിരലുകൾ അനക്കാനാവാത്ത അവസ്ഥ കൈയുടെ സ്ഥാനത്ത് അത് ഉണ്ടെന്ന് മാത്രം എന്തെങ്കിലും പുരോഗതിയുണ്ടാകുമോ എന്ന് ആർക്കും ഒന്നും പറയാൻ പറ്റുമായിരുന്നില്ല. ഏതായാലും പ്രതീക്ഷ കൈവിടാതെ ഫിസിയോ തെറാപ്പി തുടർന്നു.

ഫിസിയോ തെറാപ്പി ആരംഭിച്ച ആദ്യ നാളുകളിൽ ചില എക്സർസൈസുകൾ വീട്ടിൽ വന്ന് തുടർന്ന് ചെയ്യാൻ ഫിസിയോ തെറാപ്പിസ്റ്റ് ഗിരിജയ്ക്ക് കാണിച്ച് കൊടുത്തിരുന്നു. അത് ചെയ്യിക്കാനായി ഗിരിജ എന്റെ കൈ എടുത്ത് പൊക്കാൻ നോക്കിയപ്പോൾ അവൾക്ക് കടുത്ത ഭാരം അനുഭവപ്പെട്ടു. പൊക്കാൻ പറ്റാതെ കൈ താഴോട്ട് വീണു. നിറഞ്ഞൊഴുകിയ കണ്ണുകൾ ഞാൻ കാണാതിരിക്കാൻ അവൾ മുഖം തിരിച്ചു. എങ്കിലും ആ കണ്ണീർച്ചാലുകൾ ഞാൻ വ്യക്തമായി കണ്ടു. ഞാൻ ഒന്നും പറഞ്ഞില്ല.

ഫിസിയോതെറാപ്പിക്ക് കാറിൽ പോകാനും തിരികെ വരാനും മരുമകൾ ആയുർവേദ ഡോക്ടറായ സീമയുടെ ഡ്രൈവർ രാധാകൃഷ്ണേട്ടനും അളിയൻ നാരായണനും കൂടെ വന്നത് വളരെ സഹായകമായി. പിന്നീട് നടത്തിയ ആയുർവേദ ചികിത്സയുടെ വിവിധ ഘട്ടങ്ങളിലും രാധാകൃഷ്ണേട്ടൻ ഒരു ജ്യേഷ്ഠ സഹോദരനെപ്പോലെ സഹായവുമായി ഒപ്പം നിന്നു. പോലീസ് വകുപ്പിൽ നിന്നും ഡ്രൈവറായി വിരമിച്ച, തൃപ്പൂണിത്തുറ സ്വദേശിയായ രാധാകൃഷ്ണേട്ടൻ ഉറ്റ ബന്ധുക്കളിൽ നിന്നെല്ലാമകന്ന്, നിരവധി സഹായങ്ങളും സ്നേഹവുമായി ഞങ്ങൾക്കൊപ്പം കഴിയുന്നത് പൂർവജന്മബന്ധം നിമിത്തമോ, ദൈവ നിയോഗമോ

കൊണ്ടായിരിക്കാം.

മനുഷ്യ ജീവിതത്തിലെ ചില ബന്ധങ്ങൾ അങ്ങനെയാണ്. അത്ര മാത്രം ഇഴയടുപ്പം പലപ്പോഴും രക്തബന്ധങ്ങൾക്ക് ഉണ്ടായില്ല എന്ന് വരാം.

* * *

ഫിസിയോതെറാപ്പി തുടങ്ങിയപ്പോഴും കൈക്ക് നല്ല ഭാരം തോന്നിയിരുന്നു. മസിലുകൾക്ക് ജീവനില്ലാത്ത അവസ്ഥയായത് കൊണ്ടായിരിക്കണം കൈ മെത്തയിൽ നിന്ന് വലത്തോട്ട് നീക്കിയാൽ പിന്നെ ഇടത്തോട്ട് തിരിച്ച നീക്കാൻ പറ്റില്ല. സെൻസേഷനാണെങ്കിൽ ഒട്ടുമില്ല.

രണ്ടരമാസം കഴിഞ്ഞപ്പോൾ വീണ്ടും കണ്ണൂരിലെത്തി ഡോ. പ്രസാദിനെ കണ്ടു. എക്സ് റേ എടുത്തു. ആംസ്ലിംഗ് ഇനി ആവശ്യമില്ല എന്ന് പ്രസാദ് പറഞ്ഞു. പക്ഷേ അപ്പോഴേക്കും ആംസ്ലിംഗ് എനിക്ക് ഒരു ഒബ്സഷൻ ആയി മാറിയിരുന്നു. ആംസ്ലിംഗില്ലാതെ, ദുർബലമായ വലംകൈ നടക്കുമ്പോൾ ആടിക്കൊണ്ടിരുന്നത് എനിക്കും കാണുന്നവർക്കും ഒരുപോലെ പ്രയാസമുണ്ടാക്കി. ഫിസിയോ തെറാപ്പിക്കും മറ്റും പുറത്തേക്ക് പോകുന്ന അവസരങ്ങളിലൊക്കെ ഞാൻ ആംസ്ലിംഗ് ധരിച്ചു. കൈവിരലുകൾക്ക് അന്നൊക്കെ നീരും ഉണ്ടായിരുന്നു.

അങ്ങനെയിരിക്കെ കുഞ്ഞു നിർഝരയുടെ ഒന്നാംപിറന്നാളെത്തി. ഈ അവസരത്തിൽ ഒരാഘോഷം വേണമോ എന്നായിരുന്നു ഞങ്ങളുടെ ചിന്ത. പക്ഷേ കുഞ്ഞൂട്ടിയുടെ കാര്യമായിരുന്നതിനാലും എറണാകുളത്ത് നിന്ന് അവർ ഇവിടെ വന്ന സമയമായതിനാലും ചുരുക്കം ചില ബന്ധുമിത്രാദികളെയും അയൽപക്കക്കാരെയും വിളിച്ച് വളരെ ചെറിയ തോതിൽ പിറന്നാൾ ആഘോഷിക്കാൻ തീരുമാനിച്ചു.

വൈകുന്നേരം ചെറിയ പിറന്നാൾ ആഘോഷത്തിൽ ബന്ധുമിത്രാദികളും അയൽപക്കത്തെ കുട്ടികളും അവരുടെ അമ്മമാരുമൊക്കെ പങ്കെടുത്തു. എല്ലാം വളരെ ഗംഭീരമായി. കേക്ക് മുറിക്കലും ഭക്ഷണവുമൊക്കെ. എല്ലാവർക്കും വളരെ സന്തോഷമായി.

പക്ഷേ... വന്നവരുടെയെല്ലാം ശ്രദ്ധ എന്റെ ബലഹീനമായി തൂങ്ങിയാടുന്ന വലംകൈയിലായിരുന്നു. അപ്പോഴേക്കും സ്ലിംഗ് ഉപേക്ഷിച്ചിരുന്നു. ധൃതിയിൽ അങ്ങോട്ടുമിങ്ങോട്ടും നടക്കുമ്പോൾ ആലംബമില്ലാതെ തൂങ്ങിയാടുന്ന ജീവനില്ലാത്ത കൈകളിലായിരുന്നു ശ്രദ്ധിക്കുന്നു എന്ന് നടിക്കാതെ എല്ലാവരുടെയും ശ്രദ്ധ. അവരുടെ സഹതാപം കലർന്ന "നോട്ടവും അയ്യോ പാവം".. മുഖഭാവവും എന്റെയും ഗിരിജയുടെയും

ഉള്ളിൽ എവിടെയൊക്കെയോ തറഞ്ഞുകയറി. അനുകമ്പയുടെ അസഹിഷ്ണുത തീഷ്ണമാണ് എന്ന് അന്ന് ഞങ്ങൾക്ക് മനസ്സിലായി.

അലോപ്പതി ഡോക്ടർമാരുടെ നിഗമനങ്ങളും പ്രതികരണങ്ങളും ഒട്ടും തന്നെ ആശാവഹമായിരുന്നില്ല. തീർത്തും നിരാശാജനകമായിരുന്നു അവയെല്ലാം. അപകടത്തിൽ നെർവുകൾ സ്ഥാച്ചായ വലംകൈ ഉള്ളിലെ ചെമ്പുകമ്പികൾ പൊട്ടിപ്പോയ ഇലക്ട്രിക് കേബിളിനോടായിരുന്നു താരതമ്യം ചെയ്തത്. അതായത് കണക്ഷനില്ലാത്ത വൈദ്യുതി പ്രവഹിക്കാത്ത അവസ്ഥ. സ്പൈനൽ കോഡിൽ നിന്നുള്ള പ്രധാന നെർവ്വ് സെന്ററുമായി ബന്ധമില്ലാത്ത സ്ഥിതിയായിരുന്നു കൈക്ക്.

ഇനി ആകെയുള്ള പരിഹാരമാർഗ്ഗം പ്ലാസ്റ്റിക് സർജറി മാത്രമാണ്. അതിന് ലക്ഷങ്ങൾ ചെലവ് വരും. പക്ഷേ അത് ചെയ്താലും റിക്കവറിക്കുള്ള ചാൻസ് കേവലം 30% മാത്രമായിരിക്കുമത്രേ. ആ സർജറി കഴിഞ്ഞാലും കൈ ഒന്ന് ചലിപ്പിക്കണമെങ്കിൽ മാസങ്ങളോളം ഫിസിയോ തെറാപ്പി ചെയ്ത് പരിശീലിപ്പിച്ചെടുക്കേണ്ടിവരും. എന്ത് തന്നെയായാലും വലംകൈ ഇടംകൈ പോലെ ഇനി ഒരിക്കലും ആവില്ല എന്ന് മോഡേൺ സയൻസ് വിധിയെഴുതി.

ഏറണാകുളത്ത് നിന്ന് മടങ്ങുമ്പോൾ തന്നെ ഇനി ആയുർവ്വേദ ചികിത്സയായിരിക്കും നല്ലതെന്ന് ഉള്ളിൽ നിന്നാരോ പറഞ്ഞിരുന്നു പലപ്രാവശ്യം. ഇനിവീണ്ടും ശസ്ത്രക്രിയകൾക്ക് ഒട്ടും താല്പര്യമുണ്ടായിരുന്നില്ല. ഇപ്പോൾ ആ തീരുമാനത്തിലൂടെ മുന്നോട്ട് പോകാമെന്നത് ഒരു നിമിത്തമായി മുന്നിൽ തെളിഞ്ഞു.

ഫിസിയോ തെറാപ്പി തുടരുന്നുണ്ടായിരുന്നെങ്കിലും മസിലുകൾ ആക്ടീവ് അല്ലാത്തതിനാൽ ചില സ്ഥലത്ത് wastage ഉണ്ടായിരുന്നു. വിരലുകളിൽ നീരും കുറയുന്നില്ല, ഭാരവും. അപകടം സംഭവിച്ചിട്ട് നാല് മാസമാകുന്നു. സർജറി കഴിഞ്ഞുള്ള വിശ്രമവേളയും കഴിഞ്ഞു. ആയുർവേദ വിധി പ്രകാരമുള്ള ചികിത്സകൾ ആരംഭിക്കുന്നതിനായി, കോട്ടക്കൽ ആയുർവ്വേദ കോളേജിൽ നിന്നും റാങ്കോടെ പഠിച്ചിറങ്ങിയ മരുമകൾ ഡോ. സീമയുടെ അഭിപ്രായ പ്രകാരം മർമ്മ ചികിത്സാരംഗത്തെ പ്രഗൽഭനും പ്രമുഖനുമായ ഡോ. വിനയകൃഷ്ണൻ മാടിയത്തിനെ കാണാൻ തീരുമാനിച്ചു.

അയ്യായിരം വർഷത്തിലേറെ പാരമ്പര്യമുള്ള ആയുർവ്വേദ ചികിത്സാവിധികളുടെ അത്ഭുത സിദ്ധികൾ മർമ്മ ചികിത്സയുടെ മർമ്മമറിയുന്ന വൈദഗ്ധ്യമാർന്ന കരങ്ങളിലൂടെ ചലനമറ്റ ഒരു കൈ ചൈതന്യ മാർജിക്കുന്ന അപൂർവ്വവും അതിശയകരവുമായ മാറ്റങ്ങളുടെ ആരംഭമായിരുന്നു അത്.

പ്രപഞ്ചശക്തിയുടെ വരദാനങ്ങൾ മനുഷ്യരാശിക്ക് പ്രയോജനകരമാകാൻ വേണ്ടി നിയുക്തമാകുന്ന അനുഗ്രഹീതമായ ദൈവസ്പർശമുള്ള അത്യപൂർവമായ ചില പ്രതിഭാ പ്രസരങ്ങൾ ഉണ്ട് ഈ ഭൂമിയിൽ... പ്രത്യേകിച്ച് ചികിത്സാരംഗത്ത്. ഈ ചികിത്സാ വൈദഗ്ധ്യവും അത്തരത്തിലൊന്നായി കരുതാം.

പടന്നക്കാട് ജില്ലാ ആയുർവ്വേദ ആശുപത്രിയുടെ വിശാലമായ പ്രവേശനഹാളിൽ അന്ന് പതിവിൽ കവിഞ്ഞ തിരക്ക്. സമയം കാലത്ത് ഒമ്പത് മണിയാകുന്നതേയുള്ളൂ. വിനയകൃഷ്ണൻ ഡോക്ടറെ കാണാനുള്ള ടോക്കൺ അറുപത് കടന്നിരിക്കുന്നു. അക്ഷമരായ രോഗികളും അവരെ കൊണ്ടുവന്നവരും ഡോക്ടറുടെ മുറിക്ക് മുന്നിൽ ഇരിക്കുകയും നിൽക്കുകയും ഒക്കെ ചെയ്യുന്നുണ്ട്. മുറിക്ക് പുറത്ത് ഡോക്ടറുടെ നെയിംബോർഡ് Dr. VINAYAKRISHNAN MADIYATH BAMS MD (AY) Specialist Medical Officer MARMA.

മരുമകൾ സീമയ്ക്ക് ഡോക്ടറെ പരിചയമുണ്ട്. അദ്ദേഹത്തിന്റെ ഭാര്യയുടെ കൂടെ അവൾ പരിയാരം മെഡിക്കൽ കോളേജിൽ ജോലിചെയ്തിട്ടുണ്ട്. അവരും ആയുർവ്വേദ ഡോക്ടറാണ്. മുൻകൂട്ടി അപ്പോയ്മെന്റ് എടുത്തതിനാലും സമാന മേഖലയിൽ ജോലി ചെയ്യുന്നത് കൊണ്ടും ഞങ്ങൾ സീമയ്ക്കൊപ്പം നേരിട്ട് ഡോക്ടറുടെ റൂമിൽ പ്രവേശിച്ചു.

തിരക്കിനിടയിൽ കർമനിരതനായ ഡോക്ടർ. വട്ടമുഖത്ത് ആകർഷകമായ താടി. അപൂർവം വിരിയുന്ന ഭംഗിയുള്ള ചിരി. അത് വരെയുള്ള കാര്യങ്ങൾ അന്വേഷിച്ചു വിശദമായി പരിശോധിച്ചു.

“ചിട്ടയായ ചികിത്സകൾ ഒരു വർഷമെങ്കിലും ചെയ്യേണ്ടിവരും. ഇതിന് പെട്ടെന്നുള്ള പരിഹാരമൊന്നുമില്ല. പറയുന്നപോലെ എല്ലാം ചെയ്യാൻ തയ്യാറാണെങ്കിൽ നമുക്ക് ശ്രമിക്കാം.” ഡോക്ടർ പറഞ്ഞു.

അങ്ങനെ അപകടം സംഭവിച്ച് നാല് മാസത്തിനുള്ളിൽ ചികിത്സ ആരംഭിച്ചു. കുറച്ച് നാൾ മുമ്പ് തന്നെ ചികിത്സ തുടങ്ങാമായിരുന്നു എന്ന് ഡോക്ടർ സൂചിപ്പിച്ചു. കൈത്തണ്ടയിൽ പാടുകൾ കണ്ടപ്പോൾ അഗ്നികർമ്മം ചെയ്തതാണോ എന്ന് ഡോക്ടർ ചോദിച്ചു. അത് ഫിസിയോതെറാപ്പി -ഇലക്ട്രിക്കൽ സ്റ്റിമുലേഷന്റെതാണ് എന്ന് പറഞ്ഞപ്പോൾ ഡോക്ടർ തമാശയായി പറഞ്ഞു. “അവരുടെ അഗ്നികർമം അല്ലേ?”

ഫിസിയോ തെറാപ്പിതുടരാനും മറ്റ് മരുന്നുകളും ചികിത്സകളും ക്രമത്തിൽ ആരംഭിക്കാമെന്നും ഡോക്ടർ പറഞ്ഞു.

പ്രിസ്ക്രിപ്ഷനിൽ “ഹസ്തനാശം” എന്നാണ് ഡോക്ടർ എഴുതിയിട്ടുള്ളത്. അലോപ്പതിയിൽ Brachial Plexus Injury. കഷായവും

മരുന്നുകളുമായി ചികിത്സ ആരംഭിച്ചു. കഴുത്തിന്റെ ഇരുവശങ്ങളിലും പുറത്തും ചുമലിലും വലംകൈയും ഉൾപ്പെടെ മർമ്മ സ്ഥാനങ്ങളിൽ നല്ല രീതിയിൽ അമർത്തി മസാജ് ചെയ്യേണ്ട രീതി ഡോക്ടർ കാണിച്ചു തന്നു. സീമയും ഗിരിജയും കൂടി പരമാവധി ശ്രമങ്ങൾ നടത്തിയെങ്കിലും ഡോക്ടർ ചെയ്യുന്നത്ര ഫലവത്തായില്ല. എങ്കിലും പരിശ്രമങ്ങൾ തുടർന്നു.

മർമ്മ ചികിത്സയിൽ പേരുകേട്ട വിനയകൃഷ്ണൻ ഡോക്ടർ ചികിത്സാ വിധികൾ പാലിക്കുന്ന കാര്യത്തിൽ രോഗികളോട് കർശനമായ സമീപനമാണ് സ്വീകരിക്കുക എന്ന് കേട്ടറിവുള്ളതിനാൽ വളരെ ചിട്ടയായി തന്നെ കാര്യങ്ങൾ പറഞ്ഞത് പ്രകാരം അനുവർത്തിക്കാൻ ഞങ്ങൾ തീരുമാനിച്ചു.

ആദ്യചികിത്സാവിധികളിലെ ഹീറോ കുറുന്തോട്ടിയായിരുന്നു. കുറുന്തോട്ടി സംഘടിപ്പിച്ചു തരാൻ ബന്ധുമിത്രാദികൾ വളരെയധികം സഹായിച്ചു എന്നത് നന്ദിപൂർവ്വം ഓർക്കുന്നു. കുറുന്തോട്ടിയുടെ തോൽ മാത്രമെടുത്ത് ഉഴുന്നുംകൂട്ടി പാലിൽ അരച്ച് അശ്വഗന്ധ ചൂർണവും ചേർത്ത് പുരട്ടിയപ്പോൾ ദിവസങ്ങൾക്കകം കൈയിലെ വെയിസ്റ്റേജും നീരും കുറയാൻ തുടങ്ങി. മസിലുകൾ ലൂസായത് ടൈറ്റാവാൻ തുടങ്ങി. കുറുന്തോട്ടി വേരും അശ്വഗന്ധ ചൂർണവും പാലിൽ ചേർത്ത് കഴിക്കുകയും ചെയ്തു.

മസ്സിൽ ബലം വന്നതോടെ മഹാനാരായണ തൈലം, ഷാഷ്ടിക തൈലം, മുറിവെണ്ണ, പഞ്ചരത്ന തൈലം ഒക്കെ ഡോക്ടറുടെ നിർദ്ദേശാനുസരണം നിത്യജീവിതത്തിലെ പിരിയാത്ത കൂട്ടുകാരായി. പതിറ്റാണ്ടുകളായി തലയിലും ദേഹത്തും ഒരു തുള്ളി എണ്ണപോലും തേക്കാതിരുന്ന എനിക്ക് ഇതെല്ലാം ഒരു വ്യത്യസ്ത അനുഭവമായി. ദാഹിച്ചു വലഞ്ഞ ഒരാൾ വെള്ളം അത്യാർത്തിയോടെ കുടിക്കുന്നത് പോലെ എന്റെ ശരീരം ഇവയെല്ലാംനിമിഷനേരത്തിനുള്ളിൽ ആഗിരണം ചെയ്തു. അതുവരെ എണ്ണതേക്കാതിരുന്നത് നന്നായി എന്ന് അപ്പോൾ കരുതി.

രണ്ടാഴ്ച കൂടുമ്പോൾ പടന്നക്കാട് ആയുർവ്വേദ ആശുപത്രിയിൽ ചെന്ന് വിനയകൃഷ്ണൻ ഡോക്ടറെക്കണ്ട് മരുന്നും നിർദ്ദേശങ്ങളും വാങ്ങി. ആശുപത്രിയിലെ ശ്വാസം വിടാൻ പോലും പറ്റാത്ത ഒ.പി തിരക്കുകൾക്കിടയിലും വളരെ ശുഷ്കാന്തിയോടെ ഡോക്ടർ സമയമെടുത്ത് മസാജ് ചെയ്യാനും മറ്റുനിർദ്ദേശങ്ങൾ തരാനുമായി മാറ്റിവെച്ചു. ഹോസ്പിറ്റലിൽ അഡ്മിറ്റ് ചെയ്യാതെ ചികിത്സ നടത്തുന്നത് വലിയ ആശ്വാസകരമായി.

ചികിത്സകൾക്ക് പെട്ടെന്ന് ഫലം കാണാതിരുന്നപ്പോൾ അപൂർവ്വം ചില ദോഷൈകദൃക്കുകൾ തട്ടിവിട്ടു- "ചിലപ്പോൾ അതൊരിക്കലും

ശരിയാവില്ലായിരിക്കും". ഞങ്ങളുടെ ആത്മവിശ്വാസവും ധൈര്യവും ശുഭാപ്തിവിശ്വാസവുമൊക്കെ അഭിനയമാണെന്ന് തെറ്റിദ്ധരിച്ച് മറ്റൊരുവൻ പറഞ്ഞു- "ഉള്ളിൽ കരയുമ്പോഴും പുറമേ ചിരിച്ച കാണിക്കുകയാണ്".

പക്ഷേ ഇത്തരം വിവേക ശൂന്യങ്ങളായ അഭിപ്രായപ്രകടനങ്ങളെ തൃണവൽ ഗണിക്കാനുള്ള ശക്തി ഞങ്ങൾക്ക് എവിടെ നിന്നോ പകർന്ന് കിട്ടി. കൈ ശരിയാകും, ചലനശേഷി തിരിച്ചുകിട്ടും എന്ന് തന്നെയായിരുന്നു ഞങ്ങളുടെ ഉറച്ച വിശ്വാസം. ഇനി അഥവാ ശരിയായില്ലെങ്കിലും ഒരു കൈയും രണ്ട് കാലുകളും മറ്റ് അവയവങ്ങളും പൂർണ്ണ ആരോഗ്യത്തോടെ ഉണ്ടല്ലോ എന്ന് ഞാൻ ഗിരിജയെ സമാധാനിപ്പിച്ചു. പക്ഷേ നിരവധി ബന്ധുക്കളും മിത്രങ്ങളും മറ്റ് പരിചയക്കാരും ആശ്വാസവാക്കുകളും മനക്കരുത്തേകുന്ന അനേകം അനുഭവസാക്ഷ്യങ്ങളും അത്യാവശമായ പച്ചമരുന്നുകളും എത്തിച്ചു നൽകി ഞങ്ങൾക്ക് ആശ്വാസത്തിന്റെ കുളിർ സ്പർശമായി.

ആയുർവേദ ചികിത്സയിൽ ഞങ്ങൾക്കുള്ള ദൃഢവിശ്വാസത്തേയും, അത് കൃത്യമായും കണിശമായും ചെയ്യാനുള്ള ഗിരിജയുടെ സന്നദ്ധതയെയും കുറിച്ച് വിനയകൃഷ്ണൻ ഡോക്ടർ തന്ന A+ (പ്ലസ്) മാർക്കും ഞങ്ങൾക്ക് വലിയ ഊർജ്ജമേകി.

ചികിത്സ ആരംഭിച്ച് രണ്ട് മാസത്തിനകം തന്നെ അത്ഭുതകരമായ മാറ്റങ്ങൾ ദൃശ്യമായി. ഒരു ദിവസം ചൂണ്ടുവിരൽ പതുക്കെ അനങ്ങി. തുടർന്നുള്ള ദിവസങ്ങളിൽ മെല്ലെ മെല്ലെ മറ്റ് വിരലുകളും ചെറുതായി അനക്കം വെച്ചു. ചൂടുവെള്ളത്തിൽ കൈമുക്കിയപ്പോൾ ചൂട് അനുഭവപ്പെട്ടു. സെൻസേഷന്റെ ആദ്യലക്ഷണം.

കുറുന്തോട്ടി വേരും അശ്വഗന്ധചൂർണവും നവരയരിച്ചോറും നാരായണതൈലവും ചേർന്നുള്ള പത്ത് ദിവസത്തെ തടവലിലൂടെയാണ് വിസ്മയകരമായ മാറ്റങ്ങൾ കണ്ട് തുടങ്ങിയത്. മരുമകൾ സീമയുടെ ക്ലിനിക്കിൽ വെച്ചാണ് തടവൽ.

രാവിലെ ആറ് മണിക്ക് തടവലിന് പോകണം. അതിന് വേണ്ടി കുറുന്തോട്ടി കഷായം അശ്വഗന്ധ ചൂർണവും ചേർത്ത് പായസപ്പരുവത്തിൽ ആക്കിയെടുക്കണം. അതിരാവിലെ എഴുന്നേറ്റ് ഗിരിജ അതെല്ലാം തയ്യാറാക്കും. വെന്ത നവരഅരിയുടെയും അശ്വഗന്ധ, ത്രിഫല പൊടികളുടെയും മിശ്രിതത്തിന്റെ ഹൃദ്യമായ സുഗന്ധം ഞങ്ങളുടെ നൈമിശാരണ്യത്തിലെ പ്രഭാതവേളയിൽ പടർന്ന് ഒരു പോസിറ്റീവ് എനർജി പ്രദാനം ചെയ്തു.ആ ഉൻമേഷവുമായി ഞങ്ങൾ തടവലിനായി നീലേശ്വരത്തുള്ള സീമയുടെ ക്ലിനിക്കിലേക്ക് പുറപ്പെടും.

തടവൽ, പിഴിച്ചിൽ, കിഴിവെക്കൽ, ആവി കൊള്ളൽ മുതലായ ചികിത്സകൾ ക്രമപ്രകാരം ചെയ്യാൻ മരുമകൾ സീമയുടെ ക്ലിനിക്കിൽ നല്ല സൗകര്യമുണ്ട്. എണ്ണപ്പാത്തിയടക്കമുള്ള സംവിധാനങ്ങൾ അവിടെയുണ്ട്. തടവലിനും മറ്റും ഏറെ പരിചയ സമ്പന്നനായ, ആയുർവ്വേദ ഹോസ്പിറ്റലിൽ നിന്ന് വിരമിച്ച നാരായണേട്ടനെ ലഭിച്ചത് ഏറ്റവും വലിയ മറ്റൊരനുഗ്രഹമായി.

ചികിത്സയുടെ അടുത്ത ഘട്ടം അഗ്നി കർമ്മമായിരുന്നു. ചെറിയ ചുറ്റികയുടെ ആകൃതിയിലുള്ള പഞ്ചലോഹം കൊണ്ട് നിർമിച്ച, അറ്റം കൂർത്ത ഉപകരണം, ഗ്യാസ് സ്റ്റൗവിലെ ഫ്ളയിമിൽ ചൂടാക്കി റെഡ് ഹോട്ട് ആകുമ്പോൾ എടുത്ത്,ഡോക്ടർ വളരെ ശ്രദ്ധാപൂർവ്വം ചില പ്രത്യേക നെർവ് സെന്ററുകളിൽ തൊട്ടുവിക്കുന്നതാണ് അഗ്നി കർമമെന്ന് ആദ്യത്തെ അനുഭവത്തിലൂടെ മനസ്സിലായി. പൊള്ളിക്കുന്നതിന് മുമ്പും അതിന് ശേഷവും കറ്റാർവാഴ പുരട്ടണം. പുരട്ടുമ്പോൾ നല്ല സുഖവും തണുപ്പും തോന്നും.

അഗ്നി കർമ ചികിത്സ ഒന്നും രണ്ടും മാസത്തെ ഇടവേളകളിലായി എനിക്ക് ആറ് തവണ ചെയ്തു. ആദ്യമൊക്കെ സെൻസേഷൻ കുറവായതിനാൽ നീറ്റൽ കുറച്ച് കുറവുണ്ടായിരുന്നു. പിന്നീട് കൈയുടെ സെൻസേഷൻ വീണ്ടുകിട്ടുന്ന മുറയ്ക്ക് നീറ്റൽ നന്നായി അനുഭവപ്പെടുകയും കൂടി കൂടി വരികയും ചെയ്തു. പൊള്ളലിന്റെ അവസ്ഥ നോക്കി ചിലപ്പോൾ ബാൻഡേജ് വേണ്ടിവരും.

അഗ്നികർമം ചെയ്യുമ്പോൾ അടുത്ത് നിന്നിരുന്ന ഗിരിജയോട് ഡോക്ടർ അപ്പുറത്തേക്ക് നീങ്ങി നിൽക്കാൻ പറയും. കാണുമ്പോൾ സഹിക്കാൻ പറ്റിയില്ലെങ്കിലോ എന്ന് കരുതിക്കാണും.ഡോക്ടറുടെ ഭാഷയിൽ “അവരുടെ മന:ശക്തി പ്രഥമ കഴിഞ്ഞ് മധ്യമത്തിലെത്തിയതേയുള്ളൂ. ഉത്തമത്തിലേക്ക് എത്തിയിട്ടില്ല. കാണുമ്പോൾ പേടിയാവേണ്ട”.

അഗ്നികർമം കഴിഞ്ഞ് ഒരാഴ്ച കഴിയുമ്പോൾ പൊള്ളിക്കലിന്റെ കുത്തുകൾ എല്ലാം കരിയും. ചില സ്ഥലങ്ങളിൽ പാടുകൾ മാത്രം അവശേഷിക്കും. ചുമലിലും കൈയിൽ പലയിടങ്ങളിലുമായി wrist വരെയും അഗ്നികർമം ചെയ്തു.

ഓരോ തവണ അഗ്നികർമം ചെയ്തപ്പോഴും വിസ്മയകരമായ മാറ്റങ്ങൾ സംഭവിച്ചുകൊണ്ടേയിരുന്നു. ആദ്യം Elbow മടക്കാനും നിവർത്താനുമായി പിന്നെ wrist ന് ശക്തി ലഭിക്കുകയും മുകളിലേക്കും താഴേക്കും അനായാസം ചലിപ്പിക്കാൻ സാധിക്കുകയും ചെയ്തു.

തുടർന്ന് കൈപ്പത്തിയിലും വിരലുകളിലൂടെ നെടുനീളത്തിൽ മൈലാഞ്ചി ഇട്ടത് പോലെയും അഗ്നികർമ്മം ചെയ്തു. സെൻസേഷൻ വളരെയധികം മെച്ചപ്പെട്ടു. വിരലുകൾ ഭാഗീകമായി മടങ്ങിത്തുടങ്ങി. ഫിസിയോ തെറാപ്പിയും വീട്ടിൽ വെച്ചുള്ള എക്സർസൈസുകളും മുടങ്ങാതെ തുടരുന്നുണ്ടായിരുന്നു.

Nerve growth stimulate ചെയ്യാനാണ് അഗ്നികർമ്മം ചെയ്യുന്നത് എന്ന് ഡോക്ടർ വിശദീകരിച്ചു. ഒരു വൃക്ഷത്തിന്റെ ഉണങ്ങിയ ശാഖകൾ വെട്ടി മാറ്റുമ്പോൾ പുതിയത് തളിർത്തു വരാറില്ലേ, അത് പോലെ തേക്ക് മരം മുറിച്ചു മാറ്റിയാൽ അതിന്റെ കുറ്റിയിൽ ചപ്പുചവറുകൾ കൂട്ടി തീയിടുന്നത് കണ്ടിട്ടില്ലേ? മഴവരുന്നതോടെ കുറ്റിവീണ്ടും നന്നായി തളിർത്ത് കരുത്തോടെ വളർന്ന് വരാൻ തുടങ്ങും. ശരീരത്തിലും അഗ്നികർമത്തിന്റെ ധർമം അത് തന്നെ.

വ്യത്യസ്ത മരുന്നുകൾ ഉപയോഗിച്ച് വ്യത്യസ്തരീതികളിലുള്ള ചികിത്സാവിധികൾ ഡോക്ടറുടെ നിർദ്ദേശാനുസരണം നടന്നുകൊണ്ടിരുന്നു. കോഴിമുട്ടയുടെ മഞ്ഞക്കരുവും അശ്വഗന്ധചൂർണവും ചെറുനാരങ്ങനീരുമൊക്കെ ചേർത്ത് കിഴികെട്ടി ചൂടാക്കി സഹിക്കാൻ പറ്റാവുന്ന ചൂടിൽ കിഴിവെച്ചു. ഓരോ തവണയും പത്ത് ദിവസം വെക്കണം സീമയുടെ ക്ലിനിക്കൽ വെച്ച് നാരായണേട്ടൻ കിഴിവെച്ചപ്പോൾ സഹായിയായി നിന്നതും എന്നെ അങ്ങോട്ടുമിങ്ങോട്ടും കാറിൽ കൊണ്ടുപോയതും രാധാകൃഷ്ണേട്ടനായിരുന്നു. പകരം നൽകാൻ കഴിയാത്തതാണ് ആ സ്നേഹവും കരുതലും. രക്തബന്ധങ്ങളെക്കാൾ ഇഴയടുപ്പമുള്ള സ്നേഹബന്ധം.

കിഴിവെക്കലിന്റെയും അത് കഴിഞ്ഞുള്ള ആവിപിടിക്കലിന്റെയുമൊക്കെ ഫലമായി കൈയുടെ പ്രവർത്തനം വളരെയധികം മെച്ചപ്പെട്ടു. ഇടംകൈ ആദ്യം സ്കെച്ച് പേനയും പിന്നെ ബാൾപേനയും കൊണ്ട് എഴുതാൻ തുടങ്ങിയപ്പോൾ ഭയങ്കരമായ ചൊറിച്ചിലായിരുന്നു വലംകൈക്ക്. അസൂയയുടെ ചൊറിച്ചിലാണതെന്നായിരുന്നു വിനയകൃഷ്ണൻ ഡോക്ടറും അഭിപ്രായപ്പെട്ടത്. ഒരു ദിവസം ഇടംകൈയിൽ നിന്നും പേനവാങ്ങി വലംകൈ തന്നെ എഴുതാൻ ആരംഭിച്ചു.തുടക്കം സാവധാനത്തിൽ ആയിരുന്നെങ്കിലും ചുരുങ്ങിയ ദിവസങ്ങൾക്കുള്ളിൽ പഴയ വേഗതയിൽ തന്നെ, അതേ അക്ഷരവടിവിൽ തന്നെ എഴുതാൻ കഴിഞ്ഞു. ലാപ്ടോപ്പ്, സെൽഫോൺ എന്നിവയിൽ ടൈപ്പ് ചെയ്യാനും യാതൊരു പ്രയാസവുമില്ലാതെ സാധിച്ചു.

ഏതാണ്ട് ഒന്നര വർഷത്തെ ചികിത്സകൾക്കിടയിൽ ഉണ്ടായ ഈ മാറ്റങ്ങൾ ആയുർവേദത്തിന്റെ പ്രസക്തിക്കും പ്രാധാന്യത്തിനും

അടിവരയിടുന്നതായിരുന്നു. ഫലപ്രദമായി ഒന്നും ചെയ്യാനില്ലാതെ കൈവിട്ട അലോപ്പതി അത്ഭുതകരമായ ഈ റിക്കവറിക്ക് മുന്നിൽ വിസ്മയപൂർവ്വം നിന്നു. അടുത്ത ബന്ധുക്കളായ അലോപ്പതി ഡോക്ടർ മാർ വിവിധ പൊസിഷനുകളിലുള്ള ഫോട്ടോകൾ എടുത്തു. മോഡേൺ സയൻസിനെ മറികടന്ന നേട്ടം അംഗീകരിക്കാതെ അവർക്ക് നിർവാ ഹമില്ലായിരുന്നു.

വീണ്ടും പിഴിച്ചിലും തടവലും നടത്തി. രാത്രിയിൽ Elbow, Wrist തുടങ്ങിയ സ്ഥലത്ത് വിവിധ തൈലങ്ങൾ പുരട്ടിയ ബാൻഡേജും കെട്ടി വെച്ചു. പിന്നീട് രണ്ട് തവണ ഏഴ് ദിവസം കുറുന്തോട്ടി കഷായത്തിൽ നവരയരി വേവിച്ച് ചൂടോടെ കൈയിൽ തേച്ച് പിടിപ്പിച്ചു. ക്ലിനിക്കിൽ വെച്ച് നടത്തിയ തേപ്പിന് പുറമെയാണിത്.

ഉഴിച്ചിൽ തുടങ്ങുന്നതിന്റെ ആദ്യ ദിവസം രാവിലെ ആറ് മണിക്ക് തിരക്കിനിടയിൽ സമയം കണ്ടെത്തി, ക്ലിനിക്കിലെത്തി വിനയകൃഷ്ണൻ ഡോക്ടർ തടവലിന്റെ ഡെമോ കാണിച്ചു തന്നു. ചികിത്സയുടെ വിവിധ ഘട്ടങ്ങളിൽ അനുഭവത്തിലൂടെ അറിഞ്ഞ കരുതലിനും സ്നേഹത്തിനും മുന്നിൽ വാക്കുകൾ അപ്രസക്തവും അർത്ഥശൂന്യവുമാകുന്നു.

നിരന്തരമായ കൂടിക്കാഴ്ചകളിലൂടെ ഡോക്ടർ പേഷ്യന്റ് എന്ന റിലേ ഷൻഷിപ്പ് ക്രമേണ ഫ്രന്റ്ഷിപ്പിന് വഴിമാറി. മഹാക്ഷേത്രങ്ങളിലെ പ്രസാദവും വീട്ടിലുണ്ടാക്കുന്ന ചില സ്പെഷൽ ഐറ്റംസും ഞാൻ ഡോക്ടർക്ക് സമ്മാനിച്ചപ്പോൾ വയനാട്ടിലെ ഫാമിൽ ഉണ്ടായ ജൈവ തക്കാളിയും ചീരയും മറ്റും ഡോക്ടർ എനിക്കും തന്നു. ഞങ്ങൾ ഒരുമിച്ച് കാർഷിക കോളേജിൽ മാംഗോ ഫെസ്റ്റിന് പോയി മാങ്ങകൾ വാങ്ങി.

അളിയൻ ഗണപതിയേട്ടന്റെ സ്മതതി ആഘോഷചടങ്ങുകൾ ക്ഷേ ത്രത്തിൽ നടക്കുമ്പോൾ ഞാൻ പോകാതെ ചേച്ചിയുടെ വീട്ടിൽ തന്നെ യിരുന്നു. അമ്പലത്തിലെത്തിയ ഡോക്ടർ എന്നെ അന്വേഷിക്കുകയും എന്നെ കാണാനായി വീട്ടിലേക്ക് വരികയും ചെയ്തു.

“എപ്പോഴും എന്നെ കാണാൻ അങ്ങോട്ട് വരുന്നതല്ലേ? ഇന്ന് നിങ്ങളെ കാണാൻ ഞാൻ ഇങ്ങോട്ട് വരാമെന്ന് കരുതി” എന്ന് തമാശ പറഞ്ഞുകൊണ്ടാണ് വിനയകൃഷ്ണൻ ഡോക്ടർ വന്നത്. ഏറ്റവുമടുപ്പമുള്ള ഒരാളുടെ കൂടികാഴ്ച എനിക്ക് പുതിയ ഒരു ഉണർവും ഉൻമേഷവും നൽകി.

എന്റെ ചികിത്സകൾ തുടരുന്നതിനിടയിൽ ഡോക്ടർ സ്ഥലം മാറ്റമായി കണ്ണൂരിലേക്ക് പോയി. പിന്നീട് ഒരു വർഷം കഴിഞ്ഞ് സർക്കാർ സർവ്വീസിൽ നിന്നും വിരമിച്ചു എങ്കിലും ആലാമിപ്പള്ളിയിലെ ക്ലിനിക്കൽ വെച്ച് ഞങ്ങളുടെ കൂടിക്കാഴ്ചകൾ തുടർന്നു. ആലാമിപ്പള്ളിയിലെ ക്ലിനിക്ക്

ഇതിനിടെ വിപുലീകരിക്കുകയും കൂടുതൽ സൗകര്യപ്രദമാക്കുകയും ചെയ്തു.

ബന്ധുക്കൾക്കും അടുത്ത പരിചയക്കാർക്കും സുഹൃത്തുക്കൾക്കുമൊക്കെ എന്റെ റിക്കവറി ഒരു വലിയ വിസ്മയം തന്നെയായിരുന്നു. അതിൽ ഏറെപ്പേരും ഡോക്ടറുടെ ഫോൺ നമ്പർ വാങ്ങി അപ്പോയ്മെന്റ് എടുത്തു. ചികിത്സയിലൂടെ അവരുടെ ദീർഘകാല പ്രശ്നങ്ങൾക്ക് പരിഹാരമാവുകയും ചെയ്തു.

വളരെയധികം കൃത്യമായും ചിട്ടയായും ചികിത്സാക്രമങ്ങൾ പാലിക്കാൻ ശ്രദ്ധ പുലർത്തിയ ഗിരിജയെക്കുറിച്ച് ഡോക്ടർ ഞങ്ങൾക്ക് ഏറെ അടുപ്പമുള്ളവരോട് പറയാറുണ്ടായിരുന്നു. ആയുർവ്വേദ ചികിത്സയിൽ ഞങ്ങൾക്കുള്ള ദൃഢവിശ്വാസത്തെപ്പറ്റിയും ഡോക്ടർ ഇടക്കെല്ലാം പരാമർശിക്കാറുണ്ടായിരുന്നു.

"അമ്മാവന്റെ ചികിത്സയിലൂടെ അമ്മായി ഒരു പകുതി BAMS കാരിയായി" സീമ ഇടക്കിടെ കമന്റടിച്ചു. ശരിയാണ് പ്രതീക്ഷാനിർഭരയായി പ്രാർത്ഥനാപൂർണമായ മനസ്സുമായി അവൾ ചികിത്സാക്രമങ്ങളുടെ കർശനമായ ചിട്ടവട്ടങ്ങൾ ഒരുക്കി ചെയ്തു തന്ന് മാസങ്ങളോളം മനം മടുക്കാതെ എന്റെ സഹയാത്രികയായി.

സ്പ്ലിന്റ് മണിക്കൂറുകളോളം ധരിച്ച് നോക്കിയെങ്കിലും, ബാൻഡേജ് ചെയ്തെങ്കിലും കൈപ്പത്തിയുടെ നടുവിൽ നിന്നുള്ള വിരലുകളുടെ മടക്കം മുഴുവനായി വീണ്ടു കിട്ടിയില്ല. Wrist വരെ ശരിയായ സ്ഥിതിക്ക് അതിനപ്പുറവും ശരിയായി വരുമെന്നാണ് വിനയകൃഷ്ണൻ ഡോക്ടറുടെ ഉറച്ച വിശ്വാസവും നിലപാടും, ഞങ്ങളും ദൃഢമായി വിശ്വസിക്കുന്നത് അങ്ങനെ തന്നെയാണ്. തീർത്തും നഷ്ടപ്പെട്ടു പോകുമായിരുന്ന, തികച്ചും നിശ്ചലമായിരുന്ന കൈ ഇത്രയുമൊക്കെ പ്രവർത്തനക്ഷമത കൈവരിച്ചല്ലോ എന്ന ആശ്വാസമാണ് ഇപ്പോൾ ഞങ്ങൾക്കുള്ളത്.

അതിന് മഹാശക്തിയോടും ആ ശക്തിയുടെ അനുഗ്രഹത്തോടെ നിയോഗവും നിമിത്തവുമായ എല്ലാവരെയും മനസ്സ് കൊണ്ട് നമിക്കുന്നു. അവർക്ക് ആരോഗ്യവും സംതൃപ്തിയും നിറഞ്ഞ ശരീരവും മനസ്സും നൽകി അനുഗ്രഹിക്കാൻ ജഗദീശ്വരനോട് ഹൃദയപൂർവ്വം പ്രാർത്ഥിക്കുന്നു. ഇതിനിടയിൽ മനമുരുകി നടത്തിയ ഒരു പ്രാർത്ഥനയുടെ കാര്യം കൂടി പറയാനുണ്ട്.

ഗിരിജ മനമുരുകി നടത്തിയ ഒരു പ്രാർത്ഥനയുടെ കാര്യമാണ്. ഒരു ദിവസം ഞങ്ങൾ അവളുടെ അച്ഛനും അമ്മയും താമസിക്കുന്ന അടുക്കത്ത് പറമ്പിലുള്ള വീട്ടിൽ ചെന്നപ്പോൾ തൊട്ടടുത്തുള്ള ദേവസ്ഥാനത്ത്

ഉഗ്രമൂർത്തിയായ കാരഗുളികൻ കെട്ടിയാടുന്ന ദിവസമായിരുന്നു. എന്റെ കൈയുടെ കാര്യം ശരിയാകാനായി തെയ്യത്തിന് മുന്നിൽ ആൾരൂപം വെച്ച് പ്രാർഥിക്കണമെന്ന് അമ്മ ഗിരിജയെ ഉപദേശിച്ചു. അതിന്റെ എല്ലാ ചിട്ടവട്ടങ്ങളുമായി അവൾ തെയ്യത്തിന് മുന്നിൽ പ്രാർത്ഥിക്കാനെത്തി. എല്ലാ പ്രശ്നങ്ങൾക്കും പരിഹാരമേകുന്ന കാരഗുളികൻ തെയ്യം. എന്താണ് നമ്മുടെ പ്രശ്നമെന്ന് ഉണർത്തിച്ച് ആൾരൂപം സമർപ്പിക്കണം.

എന്താണ് പ്രശ്നമെന്ന് ദൈവം ചോദിക്കുന്നു. ആൾക്കൂട്ടത്തിന് മുന്നിൽ നിന്ന് ഒന്നും പറയാനാവാതെ ആൾരൂപവും കയ്യിൽ പിടിച്ച് കണ്ണീരൊഴുക്കികൊണ്ട് അവൾ നിന്നു, സ്ഥലകാലബോധമില്ലാതെ. ചുറ്റുപാടുമുള്ള പരിചയക്കാർ ആശയക്കുഴപ്പത്തിലായി, തെയ്യവും.

മൈക്ക് കൈയിൽ കിട്ടിയാൽ പ്രസംഗവേദിയിൽ കസറാറുള്ള അവൾക്ക് അപ്പോൾ വാക്കുകൾ അന്യമായി. കൂടാതെ മറ്റുള്ളവർക്ക് മുന്നിൽ അവൾ ഒരിക്കലും ഇക്കാര്യം പറഞ്ഞ് കണ്ണ് നിറച്ചിട്ടില്ല.

അടുത്ത് തന്നെയുണ്ടായിരുന്ന അയൽവാസിയായ പ്രായമുള്ള സ്ത്രീ കാര്യങ്ങൾ തെയ്യത്തോട് വിശദമാക്കി "എല്ലാം പെട്ടെന്ന് ശരിയാകും, വിഷമിക്കേണ്ട" എന്ന് പറഞ്ഞ് നാക്കിലയിൽ ഭസ്മം നൽകി തെയ്യം അനുഗ്രഹിച്ചു.

തിരിച്ച് വീട്ടിലെത്തുമ്പോഴും അവളുടെ മുഖത്ത് കണ്ണീർച്ചാലുകളുടെ പാടുകൾ കാണാമായിരുന്നു. ഈ സംഭവങ്ങളൊക്കെ നടക്കുന്നസമയത്ത് ഞാൻ അഗ്നി കർമം ചെയ്ത നീറ്റലുമായി വീട്ടിൽ തന്നെ കഴിയുകയായിരുന്നു.

അല്ലെങ്കിലും എല്ലാമറിയുന്ന ദൈവത്തോട് നാം കാര്യങ്ങൾ പറയേണ്ടതില്ലല്ലോ.

* * *

ചികിത്സയുടെ നാൾവഴികളിലൂടെ ശരീരവും മനസ്സും സഞ്ചരിക്കുമ്പോൾ മുന്നിലെത്തിയ സന്ദർഭങ്ങളും വ്യക്തികളും എണ്ണത്തിൽ കുറവല്ല. എന്നാൽ അവയിൽ മനസ്സിലുടക്കിയ നന്മയുടെ സ്നേഹത്തിന്റെ കരുതലിന്റെ ചിത്രങ്ങൾ കുറവായിരുന്നു. അവയിൽ മനസ്സിൽ മങ്ങലേൽക്കാത്ത ഒരു ചിത്രമുണ്ട്. കുറ്റിക്കോൽ ശങ്കരൻ എമ്പ്രാന്തിരി എന്ന ശങ്കരേട്ടന്റേതാണ് അത്.

ഒരുനാൾ നട്ടുച്ചയ്ക്ക് അഗ്നികർമ്മം ചെയ്ത വലംകൈയിലെ നീറ്റലുമായി ഞാൻ തനിച്ച് വീട്ടിലിരിക്കുമ്പോൾ "ഉണ്ണികൃഷ്ണനില്ലേ?" എന്ന

ചോദ്യവുമായി ശങ്കരേട്ടൻ കത്തുന്ന വെയിലത്ത് ഗേറ്റ് തുറന്നെത്തി. കൈയിൽ ഒരു സഞ്ചിനിറയെ ചെറിയ സ്റ്റീൽ പാത്രങ്ങളും കപ്പികളും. സഞ്ചി എന്നെ ഏല്പിച്ച് ശങ്കരേട്ടൻ പറഞ്ഞു- "കക്കാട്ട് അമ്പലത്തിൽ ഉത്സവമാണല്ലോ അവിടത്തെ പ്രസാദവും പായസവും സദ്യവട്ടത്തിന്റെ വിഭവങ്ങളുമാണ്. ഉണ്ണി കൈവയ്യാതെ ഇരിക്കുകയാണല്ലോ. അത് കൊണ്ട് അമ്പലത്തിലെ പ്രസാദമധുരം എത്തിക്കണമെന്ന് തോന്നി. ചൂടാറാതെ കഴിച്ചോളൂ. ഞാൻ എടുത്ത് തരട്ടെ?"

ഇരിക്കാൻ പോലും കൂട്ടാക്കാതെ ശങ്കരേട്ടൻ ഒറ്റശ്വാസത്തിൽ പറഞ്ഞ് നിർത്തി. ശങ്കരേട്ടന്റെ കരുതലിനും സ്നേഹത്തിനും മുന്നിൽ ഒരു നിമിഷം ഞാൻ സ്തബ്ധനായി എന്ത് പറയണമെന്നറിയാതെ നിന്നു.

എന്തൊക്കെയോ തിരക്കുണ്ടെന്ന് പറഞ്ഞ് പോകാൻ ധൃതി കാണിച്ചു. നിർബന്ധിച്ചപ്പോൾ നിന്ന നിൽപ്പിൽ ഒരു ഗ്ലാസ്സ് ചുക്കുവെള്ള വും കുടിച്ച് ശങ്കരേട്ടൻ ചികിത്സാപുരോഗതിയുടെ കാര്യവും അന്വേഷിച്ച് തിടുക്കത്തിൽ തിളക്കുന്ന വെയിലിലേക്ക് ഇറങ്ങി നടന്നുപോയി.

ശങ്കരേട്ടൻ എപ്പോഴും അങ്ങനെയാണ്. സദാ കർമനിരതൻ. സപ്തതി കഴിഞ്ഞ ഈ പ്രായത്തിലും വറ്റാത്ത ഊർജ്ജസ്വലത. ജീവിതത്തിന്റെ വ്യത്യസ്ത തുറകളിലേക്ക് വ്യാപരിക്കുന്ന സജീവത. നെറ്റിയിലണിഞ്ഞ ചന്ദനക്കുറിയുടെ സുഗന്ധം പോലെ സുഗന്ധവാഹിയായ വ്യക്തിത്വം. എന്നും എപ്പോഴും തൂവെള്ള ഷർട്ടും മുണ്ടും, ലാളിത്യത്തിന്റെയും പക്വത യുടെയും പ്രതീകം.

വേദങ്ങളിലും ഇതിഹാസ പുരാണങ്ങളിലും ഉപനിഷത്തുകളിലും ആഴത്തിലുള്ള അവഗാഹം. പൂജാദികർമ്മങ്ങളും ചടങ്ങുകളും മന്ത്രത ന്ത്രാദികളും ഹൃദിസ്ഥം. സഹായഹസ്തവുമായി എവിടെയും സ്നേഹമ സൃണമായ സാന്നിധ്യം.

ആനുകാലിക പ്രസക്തിയുള്ള സമൂഹത്തിലെ പ്രശ്നങ്ങളെക്കുറി ച്ച് പത്രമാധ്യമങ്ങളിൽ എപ്പോഴും പ്രത്യക്ഷപ്പെടാറുണ്ട്, ശങ്കരേട്ടന്റെ കത്തുകൾ. ഫലപ്രദവും പ്രായോഗികവും ഏവർക്കും സ്വീകാര്യവുമായ അഭിപ്രായങ്ങളും നിർദ്ദേശങ്ങളും കൊണ്ട് ശ്രദ്ധേയമായിരിക്കും അവയെല്ലാം.

സ്വാനുഭൂതി പ്രചോദിതമായി ഒരനുഷ്ഠാനം പോലെ കവിതകൾ രചി ക്കുന്ന സർഗ്ഗ പ്രതിഭ. പ്രകൃതിയെ, മണ്ണിനെ സ്നേഹിക്കുന്ന കർഷകൻ.

ശങ്കരേട്ടനെ സംബന്ധിച്ച് ഈ വിശേഷണങ്ങൾ അപൂർണമാണ്. ശങ്കരേട്ടൻ ഇതിലുമെല്ലാമുപരിയായി മറ്റെന്തൊക്കെയോ ആണ്. അങ്ങനെയുള്ള ശങ്കരേട്ടനാണ് നിസ്സാരനായ, ആരുമല്ലാത്ത എനിക്ക്

പ്രസാദമധുരത്തിന്റെ സ്നേഹ സ്പർശവുമായി എത്തിയത്.

ദൈവാനുഗ്രഹമെന്നല്ലാതെ എന്ത് പറയാൻ! സമുന്നതമായ ആ വ്യക്തി വൈശിഷ്ട്യത്തിന് മുന്നിൽ സാഷ്ടാംഗം പ്രണമിക്കുന്നു!

ജീവകാരുണ്യ പ്രവർത്തനങ്ങൾക്കായി രൂപീകൃതമായ വനിതകളുടെ കൂട്ടായ്മയായ MUKTHI യുടെ വേദിയിൽ വെച്ച് ശങ്കരേട്ടനെ ആദരിക്കുന്ന ചടങ്ങിൽ എനിക്ക് അദ്ദേഹത്തെക്കുറിച്ച് സംസാരിക്കാൻ അവസരം ലഭിച്ചത് ഒരു അസുലഭ സൗഭാഗ്യമായി ഞാൻ കരുതുന്നു.

പിന്നീടുള്ള മൂന്ന് വർഷങ്ങളിലും അമ്പലത്തിലെ ഉത്സവദിനത്തിൽ പ്രസാദ മധുരവുമായി ശങ്കരേട്ടൻ എന്റെ അരികിലെത്തി.ഞാൻ ഏതാണ്ട് പൂർവ്വ സ്ഥിതിയിലായെന്ന് ബോധ്യമാവും വരെ അത് തുടർന്നു...

ശങ്കരേട്ടനെ പോലുള്ള നിരുപാധിക സ്നേഹത്തിന്റെ ദൈവീക സ്പർശമുള്ള വ്യക്തി വൈശിഷ്ട്യങ്ങൾ ഇന്ന് നമുക്കിടയിൽ അപൂർവ്വത്തിൽ അപൂർവ്വമാണ്. അനുപമ സ്നേഹത്തിന്റെ അനുഗ്രഹങ്ങൾ നമ്മുടെ ജീവിതത്തിലെ നിഴലുകളെ മായ്ച്ച് സമാധാനത്തിന്റെയും സന്തോഷത്തിന്റെയും നിലാവൊളി പരത്തും.

നിയോഗം

അപകടത്തിന്റെ കൂടപ്പിറപ്പായ ആകസ്മികത മനസ്സിൽ ഏല്പിക്കുന്ന അമ്പരപ്പ് ക്രമേണ മരവിപ്പിന് വഴിമാറിക്കൊടുക്കുന്നു.

അനിവാര്യതക്ക് മുന്നിൽ അടി പതറാതെ, ശരീരത്തിലെ പ്രവർത്തനക്ഷമമായ അവയവങ്ങൾ സ്വയമറിഞ്ഞ് മറ്റുള്ളവയുടെ ഉത്തരവാദിത്വങ്ങൾ ഏറ്റെടുക്കുന്നു.

പിന്നീട് മരവിപ്പ് മനസ്സിനെ വിട്ടകലുന്നു. മനസ്സും ശരീരവും ചിന്തകളും മാറുന്നു.ജീവിതത്തിൽ വന്നുചേർന്ന ഏകസ്വരതയിൽ നിന്ന് രക്ഷനേടാൻ ശരീരവും മനസ്സും പലപല പോംവഴികളും കണ്ടെത്തുന്നു.

പരിചിതമായ ജീവിതക്രമം പെട്ടെന്ന് മാറി മറിയുമ്പോൾ ജീവിതത്തിന്റെ ലക്ഷ്യമെന്ത്? അർത്ഥമെന്ത്? മൂല്യമെന്ത്? എന്നൊക്കെയുള്ള ചോദ്യങ്ങൾ അഭിമുഖമായി വരും. അദൃശ്യവും അജ്ഞാതവുമായ ഏതോ ശക്തിയുടെ സാന്നിദ്ധ്യം അപ്പോൾ നാം തിരിച്ചറിയും. ഉള്ളിലേക്ക് യാത്ര പോകാൻ ഉള്ളിലിരുന്ന് ആരോ പറഞ്ഞു കൊണ്ടിരുന്നു. അപ്പോൾ ഏകാന്തതയെ പ്രണയിക്കാനും നിശ്ശബ്ദതയുടെ അവാച്യമായ അനുഭൂതി നുകരാനും കഴിഞ്ഞു. ശുഭാപ്തി വിശ്വാസവും പോസിറ്റീവ് ചിന്തകളും മനസ്സിൽ നിറയുന്നതറിഞ്ഞു.

രചനാത്മകതയുടെ പുതുവഴികൾ തേടി മനസ്സ് പ്രയാണമാരംഭിച്ചു. ചിന്തകൾക്ക് ചിറകുകൾ മുളയ്ക്കുകയും അവ താളുകളിലേക്ക് അക്ഷരങ്ങളായി പുനർജനിക്കാൻ അഭിലഷിക്കുകയും ചെയ്തു.

വലംകൈ ചലന രഹിതമായ അവസ്ഥയിൽ ഇടംകൈ അതിൻ്റെ ദൗത്യമേറ്റെടുത്തു. പലപ്രശ്നങ്ങൾക്കിടയിൽ മാറ്റിവെച്ച ഏറെ ഇഷ്ടമായ വായനയും എഴുത്തും ജീവിതത്തിലേക്ക് മടങ്ങിവന്നു. എൻ്റെ നിയോഗ മെന്തെന്ന് ഞാൻ തിരിച്ചറിഞ്ഞു മനസ്സും ശരീരവും സന്തോഷത്തോടെ സജ്ജമായി. അങ്ങനെ അക്ഷരവഴികളിലൂടെ എൻ്റെ മനസ്സ് നടത്തിയ തീർത്ഥാടനമാണ് ഇത്. ഉള്ളിൻ്റെ ഉള്ളിലുള്ള ആനന്ദ സ്രോതസ്സിനെ കണ്ടെത്താനുള്ള തീർത്ഥയാത്ര.

ഞാൻ ഏറെ ഇഷ്ടപ്പെടുന്ന ഏകാന്തതയെ പുണരാനുള്ള അവസര മൊരുക്കിയത് അപകടം തന്നെയായിരുന്നു. അത് വരെ ജീവിതത്തിലെ ഒഴിച്ചുകൂടാനാവാത്ത മാറ്റിവെക്കാനാകാത്ത കർത്തവ്യങ്ങൾക്കും കടമകൾക്കും പിറകെയായിരുന്നു ഞാൻ. അതിൻ്റെ നിർവഹണത്തി നിടയിൽ എൻ്റെ മനസ്സ് വായനയിലേക്കും എഴുത്തിലേക്കും ഒരുപൊ ടൊന്നും വ്യാപരിച്ചിരുന്നില്ല. പലപ്പോഴും ഏറെ ആഗ്രഹമുണ്ടായിരുന്നിട്ട് കൂടി.

പരസ്യരംഗത്തെ വാണിജ്യപരമായ എഴുത്ത് രീതികൾ എനിക്ക് മാനസികമായി സംതൃപ്തി നൽകിയിരുന്നില്ല. ഉപജീവനമാർഗമായി അത് പിൻതുടർന്നു എന്ന് മാത്രം. തലപുകച്ച് ആറ്റിക്കുറുക്കി, കാച്ചിക്കു റുക്കി എഴുതിയ കാപ്ഷനുകളും കണ്ടൻ്റുകളും അച്ചടി മാധ്യമങ്ങളിൽ പ്രത്യക്ഷപ്പെട്ടു കാണുമ്പോൾ ഏറെ സന്തോഷമൊന്നും തോന്നിയിരു ന്നില്ല എന്നതാണ് വാസ്തവം. കാണാമറയത്തിരുന്ന് ചെയ്തിരുന്ന ഒരു തരം യാന്ത്രികമായ പ്രവർത്തനം മാത്രം.

"വേഷം മാറിവന്ന അനുഗ്രഹം" എന്ന പഴമൊഴിയിലെ പരമാർത്ഥം വ്യക്തമാക്കിക്കൊണ്ട് അപകടം എനിക്ക് സമ്മാനിച്ചത് ഏകാന്തത യുടെ സ്വർഗീയ നിമിഷങ്ങളായിരുന്നു. ചെറുപ്പം തൊട്ട് ഞാൻ, എൻ്റെ നിരീക്ഷണത്തിൽ തന്നെ ഒരു അന്തർമുഖൻ (Introvert) ആയിരുന്നു.

പക്ഷേ, ജീവിതത്തിൻ്റെ കുത്തൊഴുക്കിൽ അതൊന്നും ചിന്തിക്കാൻ പോലും എനിക്ക് സമയം ലഭിച്ചിരുന്നില്ല. ഇഷ്ടമുണ്ടെങ്കിലും ഇല്ലെങ്കിലും എൻ്റെ നിയോഗങ്ങളിൽ മുഴുകാൻ ഞാൻ നിർബന്ധിതനായി. പുസ്ത കങ്ങൾ വാങ്ങാനും സൂക്ഷിച്ച് വെക്കാനും പിന്നീട് അവ ഓരോന്നായി എടുത്ത് വായിക്കാനും എനിക്ക് വലിയ ഇഷ്ടമായിരുന്നു. എന്നും വാങ്ങിയ പുസ്തകങ്ങൾ പലതും വായിക്കാൻ കഴിയാതെ ഷെൽഫിൽ വിശ്രമിച്ചു. ഇപ്പോൾ അവയെല്ലാം എടുത്ത് പൊടി തട്ടി വെക്കാനും വായിക്കാനും കിട്ടിയ സുവർണാവസരമാണിത്. ഒപ്പം പുതിയവ വാങ്ങാം വായിക്കാം. കാരണം ഞാൻ ഫ്രീയാണ്. ഇഷ്ടം പോലെ സമയം വായനയ്ക്കും എഴുത്തിനും.

ഞാൻ ദൈവത്തിന് നന്ദി പറഞ്ഞു, പിന്നെ അപകടത്തിനും.

* * *

കൈപ്പത്തിയുടെ മദ്ധ്യഭാഗത്ത് നിന്ന് വിരലുകൾ പൂർണ്ണമായി മടങ്ങുന്നില്ലെങ്കിലും അത് എഴുത്തിന് തടസ്സമാവുന്നില്ല. മുമ്പത്തെപ്പോലെ തന്നെ, അതേ വേഗതയിൽ എഴുതാൻ കഴിയുന്നു എന്നതാണ് രോഗമുക്തിയിൽ എനിക്ക് ഏറ്റവും സന്തോഷം നൽകിയ കാര്യം.

ഇത് വരെ വലംകൈയുടെ നിയോഗം അസത്യങ്ങൾക്കും അർദ്ധസത്യങ്ങൾക്കും അലങ്കാരമേകുക എന്നതായിരുന്നു. അത്തരത്തിലുള്ള അധാർമികതയ്ക്ക് കിട്ടിയ ശിക്ഷയായിരിക്കാം വലംകൈക്ക് സംഭവിച്ച ഈ അപകടം എന്ന ബോധോദയം ഐ സി യു വിൽ വെച്ച് തന്നെ എന്നെ വിടാതെ പിടികൂടിയിരുന്നു. മനസ്സിലുണ്ടായ ആ വെളിപാട് ഒരു പക്ഷേ ശരിയായിരിക്കാം അല്ലെങ്കിൽ തെറ്റായിരിക്കാം. അത് ഇനി മുതൽ വലംകൈയുടെ അക്ഷരോപാസന ധാർമ്മികതയുടെ ദിശയിലേക്കായിരിക്കും എന്ന ഉറച്ച തീരുമാനത്തിൽ ഹസ്തനാശത്തിൽ നിന്നുള്ള മുക്തി എന്നെ കൊണ്ടുചെന്നെത്തിച്ചു.

പുസ്തകങ്ങൾ നൽകിയ പാഠം

Best Sellers ആയ നിരവധി Self help പുസ്തകങ്ങളിലൂടെ നടത്തിയ യാത്രയിൽ വ്യക്തമായി മനസ്സിൽ തെളിഞ്ഞ സന്ദേശമിതാണ്. ഓരോ വ്യക്തിയുടെയും ഉള്ളിൽ ഉറങ്ങിക്കിടക്കുന്ന അഭിരുചികളുടെ പൂർണത കണ്ടെത്തി അത് ചുറ്റുമുള്ള എല്ലാവരുടെയും ജീവിതത്തിൽ മാറ്റമുണ്ടാക്കാനായി ഉപയുക്തമാക്കുക എന്നതാണത്.

വ്യത്യസ്തങ്ങളായ അഭിരുചികളുണ്ട് ഓരോരുത്തരിലും. അത് കണ്ടെത്തി വേണ്ട വിധത്തിൽ ഉപയുക്തമാക്കിയില്ലെങ്കിൽ കാലചക്രം അതിവേഗം മുന്നോട്ട് നീങ്ങുകയും നിരർഥകമായി കടന്നുപോയ, പകുതി മാത്രം ജീവിച്ച ജീവിതത്തെ ഓർത്ത് ദു:ഖിക്കേണ്ടതായും വരും. ജീവിതത്തിലെ ഏറ്റവും വലിയ ദൗർഭാഗ്യവും ദുരന്തവുമായിരിക്കുമത്.

ജീവിതത്തിലെ ദുരന്തം മരണമല്ല. മറിച്ച് നമ്മൾ ജീവിച്ചിരിക്കുമ്പോൾ തന്നെ നമ്മുടെ ഉള്ളിലുള്ള നമ്മെ മരിക്കാൻ വിടുന്നതിലാണ്. സാർഥകമാക്കി മാറ്റാൻ കഴിയുന്ന ഒരു ജീവിതത്തെ ഒരിക്കലും ഒരു വ്യർഥജീവിതമാക്കി തുലച്ച് നശിപ്പിച്ച് കളയാൻ നമുക്ക് അവകാശമില്ല.

നമ്മുടെ കഴിവുകൾ കണ്ടെത്തി അതിനെ പൂർണമായ അർത്ഥത്തിൽഉപയോഗപ്പെടുത്തിയില്ലെങ്കിൽ അത് നമ്മോട് മാത്രം ചെയ്യുന്ന അനീതിയായിരിക്കില്ല, മറിച്ച് നിങ്ങളുടെ അനുപമമായ അഭിരുചികളുടെ ഗുണം ലഭിക്കുമായിരുന്ന ലോകത്തിലെ അനേകം പേരോട് ചെയ്യുന്ന അനീതിയായിരിക്കുമത്.

ജീവിതവിജയത്തിന്റെ മഹത്തായ ഈ രഹസ്യം മറ്റൊരുതരത്തിലും വളരെ ലളിതമായി വ്യക്തമാക്കിയിട്ടുണ്ട്.

ജീവിതത്തിലെ സന്തോഷത്തിന്റെ രഹസ്യം എന്താണെന്നോ? നമുക്ക് ചെയ്യാൻ ഏറ്റവും ഇഷ്ടമുള്ള കാര്യം കണ്ടെത്തുക, നമ്മുടെ എല്ലാ ഊർജവും കഴിവുകളും അത് ഏറ്റവും മികച്ചതാക്കുന്നതിലേക്കായി തിരിച്ചുവിടുക. അപ്പോൾ നമ്മുടെ ജീവിതാഭിലാഷങ്ങൾ എല്ലാം സാധ്യമാകുകയും സൗഭാഗ്യവും സന്തുഷ്ടിയും ജീവിതത്തിലേക്ക് ഒഴുകി വരികയും ചെയ്യും.

വായനയിൽ നിന്നും ലഭിച്ച ഇത്തരം ദിശാ സൂചകങ്ങൾ ജീവിത നിയോഗം തിരിച്ചറിയുന്നതിനും ആപാതയിലൂടെ നവോന്മേഷത്തോടെ നടന്നുനീങ്ങാനും എനിക്ക് പ്രചോദനമേകി.

വർമ്മാജിയുടെ സ്നേഹ സന്ദേശം

വർമ്മാജിയെ കൊച്ചിയിൽ വെച്ച് അവിചാരിതമായി അരികിൽ കണ്ട് അനുഗ്രഹം വാങ്ങാൻ ലഭിച്ച അവസരം ജീവിതത്തിൽ മറ്റൊരാ ധ്യായത്തിന്റെ ആരംഭമായിരുന്നു.

അതുവരെ പ്രിന്റ്, സോഷ്യൽ മീഡിയയിലൂടെ മാത്രം സുപരിചിത മായ ആ മുഖം എറണാകുളം ഡി എച്ച് ഗ്രൗണ്ടിന്റെ എതിർവശത്തുള്ള ഒരു സൂപ്പർ മാർക്കറ്റിൽ വെച്ചാണ് കാണാൻ ഭാഗ്യമുണ്ടായത്.

ഏറെ സങ്കോചപൂർവ്വം അടുത്ത്ചെന്ന് നീലേശ്വരത്ത് നിന്നാണെ ന്ന് പറഞ്ഞ് പരിചയപ്പെടുത്തിയപ്പോൾ വർഷങ്ങളുടെ സൗഹൃദമുള്ള ഒരാളെപ്പോലെ സ്നേഹത്തോടെ കാര്യങ്ങളെല്ലാം തിരക്കി. ഗിരിജയും കുഞ്ഞുമോളും ഒപ്പമുണ്ടായിരുന്നു.

നീലേശ്വരം സ്വദേശിയായ മരുമകളെ ഉടൻ വിളിച്ചുവരുത്തി പരിച യപ്പെടുത്തി. കുറെനേരം സംസാരിച്ചു. സൗകര്യംപോലെ ഒരു ദിവസം തൊട്ടരികെയുള്ള വർമാജിയുടെ ഫ്ളാറ്റിലേക്ക് വരാനും പറഞ്ഞു.

2020 ഫെബ്രുവരി 22 ശനിയാഴ്ച വൈകുന്നേരമായിരുന്നു അത്. പിന്നെ കുഞ്ഞുമോൾ നിർദ്ധരയെ ഭവൻസ് ബാലമന്ദിർ സ്കൂളിൽ നിന്നും കൂട്ടികൊണ്ടുവരാൻ പോയപ്പോൾ ഞാനും ഗിരിജയും വർമസാറിന്റെ ഫ്ളാറ്റിൽപോയി. പത്നി രാധേച്ചി ഞങ്ങളെ സ്വീകരിച്ചിരുത്തി. വർമ്മ സാർ പുറത്ത് ഒരു മീറ്റിംഗിൽ പങ്കെടുത്ത് സംസാരിക്കുകയായിരുന്നു. ഞാൻ വിളിച്ചപ്പോൾ പ്രസംഗം കഴിഞ്ഞ ഉടൻ തിരിച്ചു വിളിക്കുകയും മിനുട്ടുകൾക്കുള്ളിൽ ഫ്ളാറ്റിലെത്തുകയും ചെയ്തു.

പ്രായം 83 ആയെങ്കിലും യുവത്വത്തിന്റെ പ്രസരിപ്പ്. ഇതേ വരെ അസുഖം വന്ന് ആശുപത്രിയിൽ കിടക്കേണ്ടി വന്നിട്ടില്ല എന്ന് പറഞ്ഞു. പുസ്തകങ്ങളെക്കുറിച്ചും വായനയെ കുറിച്ചും എഴുത്തിനെ കുറിച്ചും പാചകത്തെ കുറിച്ചുമെല്ലാം ഏറെ നേരം സംസാരിച്ചിരുന്നു.

മലയാള സാഹിത്യത്തിൽ വേറിട്ട പാത സ്വയം സൃഷ്ടിച്ച ബഹുമുഖ പ്രതിഭ, നർമ്മത്തിന്റെ മർമ്മമറിഞ്ഞ സവ്യസാചി, സാഹിത്യസാമ്രാ ജ്യത്തിലെ സമുന്നതമായ നിരവധി പുരസ്കാരങ്ങൾ തേടിയെത്തിയ അനിതര സാധാരണമായ സിദ്ധിവൈഭവം. ഉൽകൃഷ്ടമായ ആ വ്യക്തി പ്രഭാവത്തിന് തൊട്ടടുത്ത് ഇരിക്കാനും സംസാരിക്കാനുമുള്ള സൗഭാഗ്യം തന്നനുഗ്രഹിച്ച മഹാശക്തിയെ മനസ്സിൽ ധ്യാനിച്ചു.

നർമ്മം വാരിവിതറിയ സംഭാഷണത്തിൽ സമയം പോയതറിഞ്ഞി ല്ല.പിറ്റേന്ന് ഞങ്ങൾ നീലേശ്വരത്തേക്ക് മടങ്ങി. നീലേശ്വരത്ത് തിരിച്ചെ ത്തിയപ്പോൾ ഫോണിലൂടെയും വാട്ട്സ് ആപ്പ് സന്ദേശങ്ങളിലൂടെയും

ആ സ്നേഹ സാന്നിദ്ധ്യമറിയുന്ന കെ എൽ മോഹനവർമ്മ എന്ന വർമ്മാജിയുടെ. രചനകൾ പാതിവഴിയിൽ മുടങ്ങിപ്പോകുന്നതും To be or Not to be എന്ന Hamlet Problem വും വർമ്മാജിയുമായി പങ്കിട്ടപ്പോൾ നിമിഷങ്ങൾക്കകം മറുപടിവന്നു "നമുക്ക് ദൈവം തന്നിരിക്കുന്ന കഴിവുകൾ ഉപയോഗിച്ച് സന്തോഷം നേടാം! മറ്റുള്ളവർക്ക് സന്തോഷം കൊടുക്കുകയും ചെയ്യാം.ഇതാണ് ഞാൻ ചെയ്യുന്നത്."

"Be Happy and make others happy with our talents"

"കോവിഡ് മൂലമുള്ള ഇപ്പോഴത്തെ പ്രത്യേക സാഹചര്യത്തിൽ നമുക്കേവർക്കും നമ്മുടെ രചനകൾ ഏത് വിധത്തിൽ നന്നാക്കാമെന്ന് ചിന്തിക്കാം. അതിന് ഇഷ്ടം പോലെ സമയവുമുണ്ട്. അനുഭവസമ്പത്തും മനോഹരമായ ഭാഷയും നമ്മളിൽ മിക്കവർക്കും ഉണ്ട്. കഥാപാത്ര സൃഷ്ടികളിൽ വളരെയധികം സാധന ചെയ്ത് നമ്മുടെ രചനകൾ ഉയർന്ന നിലവാരത്തിലെത്തിക്കാം."

പുസ്തകങ്ങളെപ്പോലെ ചിലപ്പോൾ അതിലും ഉപരിയായി വ്യക്തി പ്രഭാവത്തിന് മനസ്സിനെ സ്വാധീനിക്കാനും പ്രവർത്തന നിരതമാക്കാനും കഴിയുമെന്ന് വർമ്മാജിയുടെ മാർഗ നിർദ്ദേശത്തിലൂടെ എനിക്ക് ബോധ്യമായി.

ആ വാക്കുകൾ ഒരു പുതിയ ഊർജമായി ഉള്ളിൽ നിറയുന്നു... എഴുതാനുള്ള ചാലക ശക്തിയുമായി.

ആ സർഗ പ്രതിഭയെ നമിക്കുന്നു. മനസ്സിൽ ഒരായിരം വട്ടം.

* * *

ഏകാന്തതയെന്ന സ്വാതന്ത്ര്യം, അനുഗ്രഹം

മുഴക്കമാർന്ന ഒരു ശബ്ദം മനസ്സിൽ മന്ത്രിച്ചു. ഏകാന്തത സ്വാതന്ത്ര്യമാണെന്ന് ജർമൻ നോവലിസ്റ്റ് ഹെർമൻ ഹെസെ പറയുന്നു. എത്രമാത്രം ശരിയാണത്. ഏകാന്തത അനുഗ്രഹമാണ്.

ഏകാന്തതയെന്നാൽ ഒറ്റപ്പെടലല്ല. അകർമണ്യതയുടെ അലസതയിലേക്കോ നിഷ്ക്രിയത്വത്തിന്റെ നീരാളിപ്പിടുത്തത്തിലേക്കോ ഉള്ള ഉൾവലിയലുമല്ല.

അത് ബുദ്ധിജീവികാപട്യത്തിന്റെ മുഖാവരണമോ അന്തർമുഖന്റെ അഭയ കേന്ദ്രമോ അല്ല. ആൾക്കൂട്ടത്തിന്റെ ആരവങ്ങളിൽ നിന്നുള്ള പലായനമല്ല ഏകാന്തത.

ഏകാന്തതയിൽ നിന്ന് നമ്മുടെ ഉള്ളിന്റെ ഉള്ളിലുള്ള ആത്മീയതയുടെ അഥവാ ദൈവീകതയുടെ നനുത്ത ശബ്ദം കേൾക്കാം. ചിലപ്പോൾ ആയിരങ്ങളുടെ ആരവങ്ങൾക്കിടയിലും നമുക്ക് ആ മൃദുസ്വനം കേൾക്കാം.

ഏകാന്തത രചനാത്മകതയിലേക്കും ആത്മീയതയിലേക്കുമുള്ള അവാച്യമായ സ്വർഗീയ അനുഭൂതികളുടെ കവാടങ്ങൾ തുറക്കുന്ന വരദാനമാണ്.

ഏകാന്തത ശരീരത്തിനും മനസ്സിനും ഊർജം പകരുന്ന ചിന്താധാരകളുടെ ഊർജ സ്രോതസ്സിന്റെ ഉറവിടമാണ്.

നിങ്ങൾക്ക് നിങ്ങൾക്കൊപ്പം സമയം ചെലവിടാനുള്ള സന്നദ്ധത മാത്രം മതി ഏകാന്തതയെ നിങ്ങൾക്ക് സ്വയം വരവേൽക്കാൻ.

ജീവിത ബഹളത്തിൽ ചില സ്വകാര്യ നിമിഷങ്ങൾ നമുക്ക് മാത്രമായി മാറ്റിവെച്ച്, മനസ്സിന്റെ അപാരങ്ങളായ ശക്തി വിശേഷങ്ങളെ കണ്ടെത്താം... നമുക്ക് നമ്മുടെ ബാറ്ററികളെ ചാർജ് ചെയ്യാൻ ലഭിക്കുന്ന അവസരമാണത്.

ഏകാന്തതയിൽ ധ്യാനത്തിൽ മുഴുകാം... ശരീരത്തിലും മനസ്സിലും നിറയുന്ന ഊർജത്തിന്റെ കാന്തിക പ്രഭാവം നമുക്കനുഭവപ്പെടും.

അതുമല്ലെങ്കിൽ മനസ്സിനെ അലോസരപ്പെടുത്താത്ത നമ്മുടെ അഭിരുചികളിൽ, കഴിവുകളിൽ വിനോദങ്ങളിൽ മുഴുകി ഏകാന്തതയുടെ അനുഗ്രഹം തേടാം.

ഉത്സാഹത്തിന്റേയും ഉൻമേഷത്തിന്റെയും അഭൗമ മേഖലകളിലേക്ക് മനസ്സിനേയും ശരീരത്തിനേയും നയിക്കുന്ന മാന്ത്രീക വിദ്യ സ്വായത്തമാക്കു! മുഴക്കമുള്ള ശബ്ദം നിലച്ചു... അനുധാവനം ചെയ്യാനുള്ള അനേകം ചിറകടിയൊച്ചകൾ മനസ്സിൽ അവശേഷിപ്പിച്ചുകൊണ്ട്.

അനുബന്ധം

അനുഭവങ്ങളുടെ ഈ അക്ഷരങ്ങളെ "ഓട്ടോപതോഗ്രഫി" വിഭാഗത്തിൽ പെടുത്താമോ എന്നൊന്നും അറിയില്ല. ഓട്ടോ ബയോഗ്രാഫി, പതോളജി എന്നീ രണ്ട് വാക്കുകൾ സംയോജിച്ച് ഉണ്ടായതാണ്, ഓട്ടോപതോഗ്രഫി അഥവാ രോഗാത്മകഥ എന്ന് രണ്ട് മൂന്നിടത്ത് വായിച്ചു. രോഗാനുഭവങ്ങൾ വിവരിക്കുന്ന ആത്മകഥാ രചനയാണ് ഓട്ടോപതോഗ്രഫി എന്നും മനസ്സിലായി.

ഇത്തരം അനുഭവകഥനങ്ങൾ സാഹിത്യത്തിന്റെ മുഖ്യധാരയിലേക്ക് വന്നു കൊണ്ടിരിക്കുകയാണത്രേ. ഇങ്ങനെയുള്ള അനുഭവങ്ങൾ ഡോക്ടർമാർക്ക് ചികിത്സകൾക്ക് ഉപയുക്തമാക്കാനും രോഗികൾക്ക് പ്രത്യാശയുടെ സന്ദേശവുമായി മനക്കരുത്ത് പകരാനും സഹായകരമാകുന്നതായി കണ്ടെത്തിയിട്ടുണ്ട്.

ചികിത്സയുടെ വേളയിൽ ശരീരത്തിനും മനസ്സിനും വന്നുചേരുന്ന അവസ്ഥാന്തരങ്ങൾ എഴുതി ഫലിപ്പിക്കുക എന്നത് അത്ര എളുപ്പമുള്ളതല്ല പലപ്പോഴും. വാക്കുകൾ ശ്രദ്ധാപൂർവ്വം ഉപയോഗിച്ചില്ലെങ്കിൽ ഫലം തികച്ചും വിപരീതമാകാനുള്ള സാധ്യതകൾ ഏറെയാണ്. രോഗാനുഭവങ്ങൾ വിവരിക്കുന്ന ആത്മകഥാരചനയാണ് ഓട്ടോപതോഗ്രഫി എന്നിരിക്കെ എന്റെ അപകടത്തിന്റെയും ചികിത്സയുടെയും വിശദാംശങ്ങൾ വ്യക്തമാക്കാനുള്ള ഒരു ശ്രമമാണിത്. തികച്ചും സത്യസന്ധമായി...

എന്റെ ശ്രമം എത്രമാത്രം ഫലവത്തായി എന്ന് എനിക്കറിയില്ല. പക്ഷേ അനുഭവങ്ങളുടെ വിവരണത്തിൽ അങ്ങേയറ്റം ആത്മാർത്ഥത പുലർത്താൻ ഞാൻ ശ്രദ്ധിച്ചിട്ടുണ്ട്. ഇത് എന്റെ അനുഭവങ്ങളുടെ മാത്രം യഥാർഥ രചനയാണ്. ആശ നിരാശകളുടെ നിഴലും വെളിച്ചവുമായി നാളുകൾ പിന്നിട്ടപ്പോൾ ഞാൻ ഒരു കാഴ്ചക്കാരനെ പോലെ അകന്ന് നിന്ന് എന്നെത്തന്നെ വീക്ഷിക്കുകയായിരുന്നു. എവിടെ നിന്നോ ലഭിച്ച നിസ്സംഗത എനിക്ക് വളരെ തുണയായി, അനുഗ്രഹമായി. എങ്കിലും അനുഭവങ്ങളുടെ വഴിത്താരയിലൂടെ ഓർമയുടെ വണ്ടി ഓടിച്ചു പോകുകയെന്നത് ചിലപ്പോൾ വേദനാജനകമായിരുന്നു.

ലോകജീവിതത്തിൽ ഏറ്റവും വലിയ അനുഗ്രഹം ആരോഗ്യലാഭമാണ്. മഹാഭാരതത്തിൽ യക്ഷന്റെ രൂപത്തിൽ വന്ന ധർമ്മം യുധിഷ്ഠിരനോട് ചോദിച്ച ചോദ്യങ്ങളിൽ ഒന്ന് ഇതായിരുന്നു.

“ലാഭാനാം ഉത്തമം കിം?”

(“ലാഭങ്ങളിൽ വെച്ച് ഏറ്റവും ഉത്തമമായത് ഏതാണ്?”)

“ലാഭാനാം ശ്രേയ ആരോഗ്യം”.

(“ആരോഗ്യലാഭമാണ് ലോകത്തിലെ സർവ്വോത്തമമായ ലാഭം.”) ഇതായിരുന്നു യുധിഷ്ഠിരന്റെ ഉത്തരം.

മഹാമാരിയിൽ നിന്നും, മറ്റനേകം മഹാ ദുരന്തങ്ങളിൽ നിന്നും മുക്തമായ ഒരു ലോകത്ത് മനുഷ്യർക്കൊപ്പം സകലചരാചരങ്ങൾക്കും ആയുരാരോഗ്യവും നൻമകളും നൽകി മഹാശക്തി അനുഗ്രഹിക്കട്ടെ.

ഇത് വെറുമൊരു ദിവാസ്വപ്നമാകാതിരിക്കട്ടെ എന്ന് പ്രാർത്ഥിച്ചു കൊണ്ട് വിട!